અણમોલ મોતી

દિનેશ ચૌહાણ

પ્રથમ આવૃત્તિ: ઓક્ટોબર 2022
ભારતમાં મુદ્રિત

ફોન્ટ: શ્રુતિ

ISBN: 978-93-94603-04-2

કવર ડિઝાઇન: દેવવ્રત સાહૂ

STORYMIRROR
Stories that reflect you

પ્રકાશક: સ્ટોરીમિરર ઇન્ફોટેક પ્રા. લિ.
7મો માળ, એલ તારા બિલ્ડીંગ, ડેલ્ફી બિલ્ડીંગની પાછળ,
હિરાનંદાની ગાર્ડન્સ, પવઈ, મુંબઈ,
મહારાષ્ટ્ર - 400076, ભારત.

Web: https://storymirror.com
Facebook: https://facebook.com/storymirror
Twitter: https://twitter.com/story_mirror
Instagram: https://instagram.com/storymirror
Email: marketing@storymirror.com

અર્પણ

ગુજરાતી સાહિત્ય જગતમાં આજે મારું પ્રથમ પુસ્તક પ્રકાશિત થઈ રહ્યું છે. ત્યારે ખૂબ જ આનંદની લાગણી સાથે આ પુસ્તક મારા જન્મદાતા માતા-પિતા, મારા સમાજ અને મારી શાળાના બાળકોને અર્પણ કરું છું. જેમના આશીર્વાદથી મેં આજે સફળતા મેળવી છે.

ઋણ સ્વીકાર

આજે જ્યારે મારી વાર્તાઓને પુસ્તકનું સ્વરૂપ મળી રહ્યું છે અને સાહિત્ય જગતમાં મારું પ્રથમ પુસ્તક પ્રકાશિત થઈ રહ્યું છે. ત્યારે મને મારા માતા-પિતા જેમના થકી મને ઉચ્ચ શિક્ષણ પ્રાપ્ત થયું છે. મારા મોટાભાઈ કે જેમણે સતત મારી પ્રગતિમાં પીઠબળ પૂરૂં પાડ્યું છે અને મારી ધર્મપત્ની જે હંમેશા મારી સફળતા માટે પ્રયત્નશીલ રહી છે. તેમજ મારી સફળતામાં સાથ આપ આપનાર મારા નામી- અનામી મિત્રોનો પણ આ સમયે ઋણ સ્વીકાર કરું છું. તેઓ હંમશાં સાથ, સહકાર અને પ્રેરણા આપતા રહ્યા છે. સૌથી વધુ આભાર હું સ્ટોરીમિરરનો માનું છું કે જેમના થકી મેં સાહિત્યજગતમાં ડગલું ભર્યું અને મારી આગવી ઓળખ ઊભી થઈ છે.

સાહિત્યકાર પ્રસ્તાવના

આજે લેખક શ્રી દિનેશભાઈ ચૌહાણના (જીવનના અનમોલ મોતી) પુસ્તક વિષે પ્રસ્તાવના લખતાં હું આનંદનો અનુભવ કરું છું. ૧૯૮૫માં જન્મેલા દિનેશભાઈ ચૌહાણ મૂળ સાબરકાંઠાના, ઈડર તાલુકાના નાનાકોટડા ગામના વતની છે અને બનાસકાંઠા જિલ્લાના ધાનેરા તાલુકમાં રૂણી ખાતે સરકારી પ્રાથમિક શાળામાં ભાષાના શિક્ષક તરીકે ફરજ બજાવે છે.

દિનેશભાઈ સારા લેખક છે, એ પહેલા ખૂબ સારા વાચક છે. તેમણે ઘણું ગુજરાતી સાહિત્ય વાંચ્યું છે, (ખાસ કરીને બાળસાહિત્ય) અને જે વાંચ્યું છે તેના પર ખૂબ ગહન વિચારણા કરી, તેને પોતાની તર્કની એરણ પર ચકાસ્યું છે. અને એમાંથી ઘણા મનોમંથન બાદ તેમને જે નવનીત (જીવનલક્ષી બોધપાઠ) મળ્યું છે તેને બાળભોગ્ય શૈલીમાં, બાળવાર્તાઓના સ્વરૂપમાં ઢાળી સુંદર બોધપ્રદ વાર્તાઓનું સર્જન તેમણે કર્યું છે. તેમનું આ પુસ્તક તેમની આવી જ બોધપ્રદ વાર્તાઓનો સંગ્રહ છે. તેમની વાર્તાઓમાં તમને માનવસહજ સારા-નરસા ગુણોના દર્શન તેમની વાર્તાઓમાં આવતાં પાત્રોમાં થશે. પોતાની વાર્તાઓમાં તત્વજ્ઞાન કે ઉપદેશ આપવાના અભરખાથી પોતે પર રહી શક્યા છે, તેમાં તેમની આદર્શ લેખક તરીકેની છબી દેખાઈ આવે છે.

દિનેશભાઈ વ્યવસાયે પ્રાથમિક શિક્ષક છે, માટે બાળકોને શિક્ષણની સાથે જીવનલક્ષી જ્ઞાન આપવાની તેમની ફરજ બરાબર સમજે છે, માટે જ શાળાના બાળકોમાં નાનપણથી જ આદર્શ જીવનલક્ષી ગુણોનો વિકાસ થાય એવા આશયથી એમણે બાળભોગ્ય શૈલીમાં ઘણી વાર્તાઓનું સર્જન કર્યું છે. અને એની ફલશ્રુતિ પણ એમને મળી છે. તેમની શાળાના ઘણા બાળકો તેમનું અનુકરણ કરતાં

સાહિત્યમાં ખેડાણ કરતાં થયા છે. તેમની શાળાના ઘણા બાળકોએ વાર્તાઓનું સર્જન કર્યું છે, અને અનેક સાહિત્યિક વેબસાઈટ પર તેને સ્થાન પણ મળ્યું છે.

તેમનું આ પુસ્તક અનેક બાળકોના જીવનમાં નાનપણથી આદર્શ માનવ બનવાના બીજ રોપશે, જે કાળક્રમે મોટું વટવૃક્ષ બની સમાજમાં આદર્શ માનવ અને આદર્શ નાગરિક તરીકે ઉભરી આવશે. અને ત્યારે દિનેશભાઈનો આ પ્રયત્ન સફળ થયો ગણાશે.

વિષ્ણુ દેસાઈ

સંપાદક, સ્ટોરીમિરર.કોમ

લેખકની વાત

હાલના સમયમાં જ્યાં કોરોના મહામારી વૈશ્વિક ધોરણે વ્યાપેલી છે ત્યારે બાળકો ઘરે રહીને પોતાના જીવનમાં મૂલ્યવર્ધિત અને ચિંતનાત્મક પ્રેરણા આત્મસાત કરે એ માટે... મને વિવિધ વિચારો ઘેરી રહ્યા હતા!!

ત્યારે બાળવાર્તા બાળકોના જીવનમાં જોડાયેલા આવા મૂલ્યોને ઉજાગર અવશ્ય કરશે જ,આવો વિચાર મને પ્રેરી આવ્યો. કેમ કે:-

બાળવાર્તાના વિચારમાત્ર કે લેખન વડે સારા સારા ગુણો, મૂલ્યાંત્મક અભિવ્યક્તિ અને વિચાર પ્રેરક મનોમંથન જેવી બાબતો બાળકોના જીવનને આમૂલ પરિવર્તનથી ભરી દેશે.આથી મેં સ્ટોરીમિરર પ્લેટફોર્મના આધારે ૨૩મી માર્ચ 2020થી કલમ કંડારવાની શુભ શરૂઆત કરી દીધી. જેમ જેમ કલમ ચાલતી ગઈ મારી, તેમ તેમ મારા વિચાર પ્રદેશોમાંથી અવનવી વાર્તાઓ સર્જાતી ગઈ. આવા વિચારોમાં મને એમ થયું કે મારી વાર્તાઓ ખાસ કરીને બાળમાનસ પર સારી ટેવો અને સારા ગુણ વિચારો પ્રેરિત હોવી જ જોઈએ, ને આમ, મારા દ્વારા જે વાર્તા લેખનની શરૂઆત ધીમી પણ મારા નક્કર લક્ષ્ય સુધી મને પહોંચાડવામાં દોરી ગઈ.

પરિણામ સ્વરૂપ મને એટલે કે મારી વિચારશીલ વાર્તાઓના સંગ્રહ થકી 'ઓથર ઓફ ધ યર 2020'માં મારી પસંદગી કરવામાં આવી.અને આ મારા જીવનની અમૂલ્ય ક્ષણ પૈકીની એક હતી. આ કાર્યની સફળતા હવે મને નવીન કાર્ય કરવા પ્રત્યે રાહ ચિંધનાર પ્રેરકબળથી વિશેષ બની ગયું.

આભાર સહ... મારા વ્હાલસોયા બાળકો કે જ્યાંથી મને આ ભગીરથ કાર્યની પ્રેરણા મળી.

જય જય ગરવી ગુજરાત...

ભારત માતા કી જય...

તમારો પ્રેમાળ...દિનેશ ચૌહાણ

અનુક્રમણિકા

૧. ગુસ્સો કરે નાશ

એક સુંદર મજાનું ગામ હતું. ત્યાં અલગ અલગ પ્રકારની દુકાનો હતી. સાંજનો સમય થયા બાદ બધા જ વેપારીઓ પોતાની દુકાનો બંધ કરીને પોતાના ઘરે જવા લાગ્યા. તેમાં વિનોદભાઈ કરીને એક વેપારીની દુકાન હતી. તેમને ફર્નિચરની દુકાન હતી. તેમની દુકાનમાં થોડા સમયથી સમારકામ શરૂ હતું. તેઓ પોતાની દુકાન બંધ કરીને ઘરે ગયા. થોડા સમય પછી તેમની દુકાનમાં સાપે પ્રવેશ કર્યો. તેને બહુ ભૂખ લાગી હતી. ખાવા માટે તે દુકાનમાં આમતેમ ફરવા લાગ્યો. તેને દુકાનમાં ફરતા ફરતા એક ધારદાર કુહાડીનો અચાનક સ્પર્શ થયો. ભૂખના કારણે તે ગુસ્સામાં તેનો બદલો લેવાની ભાવનાથી કુહાડીને ડંખ મારવા લાગ્યો. તેથી તે વધુ ઘાયલ થયો અને તેનું મુખ લોહીલુહાણ થઇ ગયું. તેનાથી તે વધુ ગુસ્સે ભરાયો અને તેને પોતાનું આખું શરીર તે કુહાડીને વીંટળાવીને ડંખ મારવા લાગ્યો. જેનાથી તેનું આખું શરીર કપાઇ ગયું. અને તે ત્યાં ને ત્યાં મરણ પામ્યો. સવારે દુકાનદાર દુકાન ખોલે છે. ત્યારે તે કુહાડીથી વીંટળાયેલો અને મરણ પામેલો સાપ જોવા મળે છે. તે સાપ બીજા કોઈને કારણે નહીં પરંતુ પોતાના ગુસ્સાના કારણે મરણ પામે છે.

આમ, આપણે પણ ક્યારેક ક્યારેક ગુસ્સામાં બીજાનું નુકસાન કરવાનું ઈચ્છા રાખીએ છીએ પણ આપણે પોતાનું જ નુકસાન કરતા હોઈએ છીએ. ગુસ્સો માણસનો મોટો શત્રુ છે. તેને આપણા હાથમાં રાખવો બહુ જરૂરી છે. ગુસ્સો કદી પણ સારું કરતો નથી. તે માત્ર આપણો વિનાશ કરે છે.

૨. સમય વડે સમજણ

એક શહેરમાં એક નગીનદાસ કરીને ધનવાન માણસ રહેતા હતા. તેમને એક દીકરો હતો. તેનો સ્વભાવ ખૂબ જ ગુસ્સાવાળો હતો. તે નાની નાની વાત પર ગુસ્સે થઈ જતો હતો અને ગુસ્સામાં બધાને જેમ તેમ બોલવા લાગતો હતો. તે નાના કે મોટા માણસની મર્યાદા જાળવતો ન હતો. તેના પિતાને દીકરાના આ સ્વભાવના કારણે ખૂબ ચિંતા થતી હતી. તેમને આ વાત પોતાના ખાસ મિત્રને કહી. મિત્રએ તેને એક ખૂબ સારી સલાહ આપી. તે નગીનદાસને ખૂબ ગમી ગઈ. એક દિવસ તેમને સલાહનો અમલ કરવા માટે તેને એક ખીલીઓ ભરેલો થેલો આપ્યો અને કહ્યું કે, "જયારે પણ તને ગુસ્સો આવે ત્યારે એક ખીલી દીવાલ પર લગાવી દેવાની."

તે દીદીકરાએ પિતાએ કહેલું કામ શરૂ કર્યું. પહેલા દિવસે તેને ૫૦ જેટલી ખીલીઓ દીવાલ પર લગાવી દીધી. ત્યારબાદ દિવસે દિવસે તે દીવાલ પર ખીલીઓની સંખ્યા વધતી જ ગઈ. થોડા દિવસ પછી તેને વિચાર આવ્યો કે રોજ રોજ ખીલીઓ લગાવવા કરતા તો હું મારા ગુસ્સા પર જ કાબૂ કરી લઉં. પછીના થોડા દિવસોમાં તેણે પોતાના ગુસ્સા પર ઘણા અંશે કાબૂ કરતા શીખી લીધું. એક દિવસ એવો પણ આવ્યો કે તે યુવકે આખા દિવસમાં એક પણ વાર કોઇના પર ગુસ્સો કર્યો જ નહીં. તેને આ વાત તેના પિતાને જણાવી. પિતાએ તેને કહ્યું કે, "બેટા હવે જે દિવસે તું જરાય પણ ગુસ્સો ના કરે. તે દિવસે તે દીવાલ પરથી તારે એક એક ખીલી કાઢી નાખવાની."

યુવકે તેના પિતાએ કહેલું એમ જ કર્યું. શાંત હોય એટલે તે દીવાલ પરથી ખીલીઓ કાઢવાનું કામ શરૂ કર્યું. એક દિવસ એવો પણ આવ્યો કે તે યુવકે દીવાલ પર લગાવેલી છેલ્લી ખીલી પણ કાઢી નાખી. હવે તે પોતાના પિતા જોડે ગયો

અને બધી વાત ખૂબ જ ખુશીથી કરી.

ત્યારે તે યુવકના પિતા તેને લઈને તે દીવાલ પાસે ગયા. દીવાલ સામે જોઈને કહ્યું કે, "દીકરા તે બહુ જ સરસ કામ કર્યું છે પરંતુ તે જે દીવાલ પર જે છિદ્ર પાડ્યા છે. તે તું જોઈ શકે છે. હવે આ દીવાલ પહેલા જેવી લાગતી નથી. શું તે પહેલાં જેવી બની શકશે?" જ્યારે પણ તું ગુસ્સામાં કંઈ કહે કે કરે છે. ત્યારે તે શબ્દો પણ સામેવાળા માણસના હૃદયમાં ઊંડા ઘાવ કે દર્દ છોડી જાય છે. એટલે હવે તું બીજી વાર ગુસ્સો કરતા પહેલા આ વાતનું ધ્યાન રાખજે." તે યુવકે પિતાની આ વાત સાંભળીને તેને પોતાની ભૂલનો ખૂબ જ પસ્તાવો થયો.

આમ, આપણે પણ કોઈક વાર કોઈના ઉપર ગુસ્સામાં કેટલીક એવી વાતો પણ કરી દઈએ છીએ. જે આપણે ન બોલવી જોઈએ. આપણે પણ ગુસ્સાથી બચવું જોઈએ. ગુસ્સો કદી પણ કોઈનું સારું કરતો નથી. તે હંમેશા પોતાની જાતને અને બીજાને નુકસાન કરતો હોય છે.

૩. રાજાની ઉદારતા

એક રાજ્ય હતું. ત્યાં ધનપાલસિંહ કરીને રાજા રાજ્ય કરતા હતા. તેવામાં ધનપાલસિંહ રાજા બીજા રાજ્યના રાજાને યુદ્ધના મેદાનમાં હરાવીને પોતાના રાજ્યની રાજધાનીમાં પરત ફરી રહ્યા હતા. યુદ્ધના કારણે રસ્તામાં તેમના જોડે જમવાની બધી જ જરૂરિયાતવાળી વસ્તુઓ પુરી થઈ ગઈ હતી. તેવામાં રસ્તામાં આવતા ત્યાં એક નદી જોવા મળી. તો રાજાએ ત્યાં જ રોકાવવાનો નિર્ણય કર્યો. રાજા સાથે બધા જ સૈનિકોએ થોડીવાર ત્યાં આરામ કર્યો. થાકના કારણે બધા જ સૈનિકો ઊંઘી ગયા.

થોડા સમય બાદ બધા સૈનિકો જાગ્યા ત્યારે રાજાને અને સૈનિકોને ભૂખ લાગવાથી રાજાએ સૈનિકોને આદેશ આપ્યો કે, "આજુબાજુથી જે પણ ખેતર દેખાય, ત્યાંથી જે પણ ભોજન માટે ફળ કે પાક મળે તે કાપીને લાવો. જેથી ભોજનની વ્યવસ્થા કરી શકાય." રાજાના આદેશનું પાલન કરવા માટે સૈનિકોની એક ટુકડી નજીકના ગામમાં ભોજન માટે શોધખોળ કરવા પહોંચી ગયા. ત્યાં તેમણે એક ખેડૂતને જોયો.

તેથી સૈનિકોએ ખેડૂતને મોટા ખેતરમાં જ્યાં સારો પાક હોય ત્યાં લઇ જવાનું કહ્યું. ખેડૂત તો અજાણ હતો. તેને સૈનિકોના કામની જાણ ન હતી. તેથી તે સૈનિકોને મોટા ખેતરમાં લઇ ગયો. તો સૈનિકોએ પાક કાપવાનો આદેશ આપ્યો. તેથી ખેડૂતને નવાઈ લાગી. તેણે સૈનિકોને કહ્યું કે, "આ ખેતરનો પાક ના કાપો. હું તમને બીજા ખેતરમાં લઇ જાઉં છું." સૈનિકો તે ખેડૂતની વાત માનીને તેમની સાથે બીજા ખેતરમાં ગયા. ખેડૂતે દૂર એક નાના ખેતર તરફ ઈશારો કર્યો અને કહ્યું કે, "તમારે જેટલો પાક જોઈતો હોય તે અહીંથી કાપી લો." સૈનિકો નારાજ થયા અને ગુસ્સામાં ખેડૂતને કહ્યું કે, "આ ખેતરતો ખૂબ જ નાનું છે પછી તું અમને

અહીં આટલે દૂર કેમ લઈને આવ્યો?"

ત્યારે ખેડૂતે ખૂબ જ વિનયપૂર્વક કહ્યુ કે, "તે મોટું ખેતર કોઇ બીજા માણસનું હતું. હું તેને કઈ રીતે નુકસાન થવા દઉં?" એટલે હું તમને અહીં મારા ખેતરમાં લઈને આવ્યો છું." ખેડૂતની વાત સાંભળીને સૈનિકોનો ગુસ્સો શાંત થઈ ગયો. તેમણે આ બધી જ વાત રાજાને જણાવી. ત્યારે રાજાએ પોતાની ભૂલની જાણ થઈ અને પોતાની ભૂલ સુધારી લીધી. ત્યારબાદ રાજાએ તેના પાકના બદલામાં તેને પૂરતું ધન આપ્યું અને પછી પાક કપાવ્યો.

આમ, તમે જો કોઈ પણ પ્રકારના ઉચ્ચ હોદ્દા પર છો. તો તેનો દુરુપયોગ ના કરો અને કોઈ પણ વસ્તુ મફતમાં ના લેવી જોઈએ. તમારા હોદ્દાના કારણે આજે તમને કોઈ નહી કહી શકે, પણ તમારા હોદ્દા પરથી દૂર થશો એટલે તમારી પરિસ્થિતિ પણ તે લોકો જેવી જ થવાની છે.

૪. લાલચ કરે વિનાશ

ઘણા સમય પહેલાની વાત છે. કોઈ એક નગરમાં નરેન્દ્રરાજ કરીને રાજા રાજ્ય કરતો હતો. તે પોતાના નોકર-ચાકરનું ખૂબ જ ધ્યાન રાખતા હતો. એકવાર તે પોતાના નોકરની સેવાથી ખૂબ જ ખુશ થઈ ગયા. તે સમયે રાજાએ પોતાના નોકરને કહ્યું કે તું આવી જ રીતે મન લગાવીને કામ કરીશ તો તને એક દિવસ હું ૫૦૦ સોનામહોર અને કેટલાક ઝવેરાત આપીશ. આ વાત સાંભળીને નોકર તો ખૂબ જ ખુશ થઈ ગયો. તે જ્યારે પોતાના ઘરે ગયો. ત્યારે પોતાની પત્નીને રાજાએ કહેલી વાત જણાવી. તો તેની પત્નીએ કહ્યું કે, "હવે તમારે રાજાની સેવામાં કોઈ તકલીફ ના આવે તેનું ધ્યાન રાખવું પડશે." તેમને કોઈ કામમાં કમી ન આવવી જોઈએ. નહીં તો આપણને ૫૦૦ સોનામહોર અને કેટલાક ઝવેરાત નહીં મળે.

ત્યારબાદ તે માણસ રાજાની સેવામાં રાત-દિવસ લાગેલો રહેતો. તે ક્યારેક ઘરે કામ હોય તો પણ ન રહેતો. તેના કામથી રાજા પણ ખુશ હતા. નોકરને ૫૦૦ સોનામહોરની અને કેટલાક ઝવેરાતની લાલચ હતી. તેના કારણે તે અન્ય કોઈ પણ કામમાં રસ ન લેતો અને તે બીજા કામમાં ધ્યાન પણ ન આપતો. તે માત્ર રાજાની સેવાનું જ કામ કરતો.

ત્યારબાદ ધીમે ધીમે સમય પસાર થવા લાગ્યો. રાજા તે નોકરને સોનામહોર આપવાનું પણ ભૂલી ગયા. પણ નોકરને પોતાના રાજા પર વિશ્વાસ હતો. રાજા એક દિવસ પોતાની વાત યાદ કરીને જરૂર મને સોનામહોર અને કેટલાક ઝવેરાત આપશે. ધીરે ધીરે સમય પસાર થવા લાગ્યો. જે યુવાન નોકર હતો તે સમય સાથે ઘરડો થવા લાગ્યો. કામ યોગ્ય રીતે કરી શકતો ન હતો. એક દિવસ તેનાથી પોતાના કામમાં ભૂલ થઈ ગઈ. જેના લીધે રાજા નોકર પર ખૂબ જ ગુસ્સે થઈ

ગયા. રાજાએ નોકરને પોતાની નોકરીમાંથી કાઢી મુક્યો. નોકરે રાજાને ખૂબ જ વિનંતી કરી. પણ રાજા તેની વાત ન જ માન્યા.

હવે નોકરને ખૂબ જ દુઃખ થયું. કારણ કે તેણે રાજાની વાત પર વિશ્વાસ રાખીને ૫૦૦ સોનામહોર અને કેટલાક ઝવેરાત લેવાની ખોટી લાલચ રાખીને કોઈ બીજું કામ તે શીખી ના શક્યો. જ્યારે યુવાનીમાં કામ શીખવાનું હતું. ત્યારે લાલચના કારણે રાજાની સેવા કરવામાં જ સમય પસાર કર્યો. અને હવે ઘડપણમાં કામ શીખી શકાય તેમ ન હતું.

આમ, એક યુવાન નોકરે પોતાની લાલચના કારણે પોતાનો અમૂલ્ય સમય પસાર કરી નાખ્યો. સાથે સાથે કંઈ શીખી ના શક્યો. હવે તેને બીજા કામમાં આવડત પણ ન હતી. તેથી તે પોતાના પરિવારનું ભરણપોષણ કરી શકે તેમ ન હતો. તો આપણે પણ જ્યારે સમય હોય ત્યારે એક કામની સાથે બીજા કામમાં આવડત હોવી જોઈએ.

૫. ઉચ્ચ વિચાર

ઘણા સમય પહેલાની વાત છે. કોઈ એક રાજ્યમાં ધનપાલસિંહ કરીને રાજા રાજ્ય કરતા હતા. તેઓ પોતાની પ્રજાના સુખ-દુ:ખ જાણવા માટે વેશપલટો કરીને પોતાના રાજ્યમાં નીકળી પડતા હતા. રાજાની સાથે તેમનો ખાસ વિશ્વાસુ માણસ પણ રહેતો. આજે પણ તેઓ પોતાના રાજ્યના હાલ જોવા માટે વેશ બદલીને, બંને સામાન્ય માણસના વેશમાં ફરવા નીકળ્યાં હતા. ત્યારે ચાલતા ચાલતા તે પોતાના રાજ્યના ગામમાંથી દૂર નીકળી ગયા. તેઓ જે ગામમાં ગયા ત્યાં રસ્તા બહુ જ ખરાબ હતા.

તે જ સમયે રસ્તામાં રાજાની મોજડી તૂટી ગઈ. જેનાથી રાજાને ચાલવામાં ખૂબ જ તકલીફ થતી હતી અને તેઓ આગળ મોજડી વગર ચાલી શકે એમ પણ ન હતા. રાજાએ પોતાના વિશ્વાસુ માણસને કહ્યું કે, કોઇપણ જગ્યાએથી મોજડી તૈયાર કરવા માટે મોચીને શોધી લાવો. તરત જ રાજા સાથે આવેલ માણસ ગામમાં એક મોચીને શોધવા ગયો. તે માણસે મોચીને રાજાની બધી જ વાત કરી. તેથી મોચી તરત જ તૈયાર થઈ ગયો અને પોતાનો સામાન લઈને મોચી તે માણસ સાથે નીકળી ગયો.

તે મોચી ઝડપથી રાજા જોડે પહોંચી ગયો અને તેણે રાજાની મોજડી ખૂબ જ ઝીણવટપૂર્વક તૈયાર કરી આપી. રાજાની મોજડી પહેલા કરતા પણ ખૂબ જ સરસ તૈયાર થઇ ગઈ હતી. મોચીના કામથી રાજા ખૂબ જ ખુશ થઈ ગયા.

રાજાએ મોચીને ખુશ થઈ ને કહ્યું કે, “માંગ માંગ માંગે તે આપું”. ત્યારે મોચીને થયું કે રાજા જોડે આટલા કામનું કંઈ ના માંગી શકાય. કદાચ માંગુ અને રાજાને ખોટું લાગે તો? તેથી મોચીએ કંઈ જવાબ ન આપ્યો અને કહ્યું કે આટલા નાના કામનું કંઈ ના લેવાય. તેમ છતાં રાજાએ કહ્યું કે, ના તારે મારા જોડે કંઈક

તો માંગવું જ પડશે. ભલે તે નાનું કામ હતું, પણ મારા માટે તે બહુ જ મોટું કામ કહેવાય. તેના વગર હું એક ડગલું પણ આગળ જઈ શકું એમ ન હતો. એટલે તારે કંઇક તો માંગવું જ પડશે. તેને વિચાર આવ્યો કે આટલા નાના કામ માટે શું માંગુ? પછી તેને વિચાર્યું કે ત્રણ સોનામહોર માંગી લઉં. તે કંઈ વાંધો નહીં. પણ કદાચ રાજાને આ વધારે પડે અને મને કંઇક સજા આપે તો? માટે માંગવાનું તેને મન ન થયું.

મોચીએ રાજાને કહ્યું કે, તમે અમારા જીવનદાતા છો. તમને મારા કામની જે કિંમત યોગ્ય લાગે તે આપશોજી. આ વાતને કારણે રાજા પણ વિચારમાં પડ્યા કે આ મોચીએ મને ખૂબખૂબ જ મોટી મુસીબતમાં મૂકી દીધો. મારે તેને કંઈક આપવું પડશે.

રાજાએ પોતાના વિશ્વાસુને કહ્યું કે, આ મોચીને તેના કામને બદલે અને તેની કામની નિષ્ઠાને બદલે આપણાં રાજ્યમાંથી તેને પાંચ ગામ આપી દો. આ સાંભળીને મોચી તો ખૂબ જ નવાઈ પામ્યો. તેણે વિચાર્યું કે હું તો માત્ર રાજા જોડે ત્રણ સોનામહોર માંગવાનું વિચારતો હતો અને રાજાએ મને પાંચ ગામ આપી દીધા.

આમ, આપણે હંમેશા આપણા વિચારો ઉચ્ચ હોવા જોઈએ. આપવાવાળો તો હંમેશા આપણાથી વધુ જ આપે છે. જે આપણે વિચારી પણ નથી શકતા.

૬. સાચી મિત્રતા

એક ગામમાં બે મિત્રો હતા. બંને સાથે સરકારી શાળામાં ભણતા હતા. બંને ભણવામાં હોશિયાર હતા. એકનું નામ પાર્થ અને બીજાનું નામ શિવ હતું. પાર્થ પહેલેથી જ ખૂબ પૈસાદાર હતો. જ્યારે શિવ ખૂબ જ ગરીબ હતો. એક સમયે શિવને થોડાક રૂપિયાની જરૂર પડી. પરંતુ કોઈક કારણવશ પાર્થે બધા જ રૂપિયા પોતાના ધંધા-રોજગારમાં લગાવી દીધા હતા. તેથી પાર્થે શિવને લઈને શહેરમાં એક ફાઇનાન્સવાળા (નાણા ધીરનાર) પાસેથી પૈસા લઈને શિવને આપ્યા. પૈસા લીધાત્યારે શિવે હસતા હસતા શેઠના દસ્તાવેજમાં લખાવ્યું કે જો હું પૈસા એક વર્ષમાં પાછા ના આપું તો ફાઈનાન્સવાળા મારા શરીરમાંથી એક કિડની લઇ શકે છે.

હવે ભાગ્યનું કરવું ને શિવને પોતાના ધંધામાં ભારે ખોટ આવી ગઈ. જોતજોતામાં એક વર્ષ પસાર થઈ ગયુ પણ એ રૂપિયા ભરી શક્યો નહીં. ફાઇનાન્સવાળા લોકોએ પોલીસસ્ટેશનમાં કેસ કર્યો. અને શિવને આવીને પોલીસ પકડી ગઈ. પોતાનો ગાઢ મિત્ર મુશ્કેલીમાં પડેલો જોઈ પાર્થ તરત જ પોલીસ સ્ટેશન આવી ગયો. અને ફાઈનાન્સવાળાના બધાજ રૂપિયા વ્યાજ સાથે આપી દેવા તૈયાર થઈ ગયો. પણ ફાઈનાન્સવાળા પહેલેથી જ શિવ પર ગુસ્સામાં હતા. માટે તેમને રૂપિયા લેવાની ના પાડી દીધી. અને કહ્યું કે, “મારે રૂપિયા નથી લેવાના પણ જે દસ્તાવેજમાં લખ્યું છે એમ જ કરવાનું છે.” આમાં લખ્યું છે કે, હું એક વર્ષમાં રૂપિયા ના આપી દઉં તો મારા શરીરની કિડની કાઢીને આપી દઈશ. તો હું તેની કિડની લેવાનો હકદાર છું. એક વર્ષ ક્યારનુંય પસાર થઈ ગયુ છે. હવે મારે તેના રૂપિયા નથી લેવા.પરંતુ મારે તો એના શરીરની કિડની જ જોઈએ.

બધા જ પોલીસવાળા અને આજુબાજુવાળા લોકોએ તેમન ખૂબ સમજાવ્યા. પણ એ માન્યા જ નહીં. એકની એક વાતનું જ એ જ રટણ કર્યાં કરતા હતા કે મારે શિવના શરીરની કિડની જ જોઈએ. પાર્થને ખૂબ જ દુઃખ થયું. શિવ ખૂબ જ ચિંતામાં હતો. પાર્થ અચાનક ઉભો થયો અને ફાઈનાન્સવાળા પાસ જઈને કહ્યું કે, હવે તમે તમારો દસ્તાવેજ બે વાર બરાબર વાંચી લો. એમાં લખ્યું છે કે, "તમે શિવના શરીરની કિડની લેવાના હકદાર છો. તો તે લઇ લો." પણ યાદ રાખજો કે માત્ર કિડની જ લેવાની છે. તેના પર જ તમારો હક છે. અને બીજી વાત એ પણ સાંભળી લેવાની કે મારા મિત્રના (શિવ) લોહીનું એક પણ ટીપું નીચે જમીન પર પડવું જોઈએ નહીં. કારણ કે દસ્તાવેજમાં કોઈ જ જગ્યાએ તેના વિશે લખેલું નથી.

ફાઈનાન્સવાળાએ વિચાર્યું પણ નહીં હોય કે આવું બનશે.પછી તો તે સામેથી રૂપિયા લેવા માટે તૈયાર થઈ ગયા. પણ પાર્થે કહ્યું કે "ના હવે તો જેમ દસ્તાવેજમાં છે તેમ જ થવું જોઈએ." પાર્થે પોતાની બુદ્ધિ શક્તિ વડે પોતાના મિત્રને બચાવી લીધો અને સામેવાળાને પણ યોગ્ય ઉપદેશ આપ્યો કે દસ્તાવેજના આધારે કોઈને વધુ હેરાન ના કરી શકાય.

આમ, કોઈપણ સમયે તકલીફ કે મુશ્કેલીમાં આપણો સાચો મિત્ર જ કામમાં આવે છે. જે કઠિન સમયમાં કામમાં આવે તે જ સાચો મિત્ર હોય છે. નહી તો હાથતાળી માટે તો હજારો મિત્રો પણ ઓછા પડે તેમ છે.

૭. પ્રેમની ભક્તિ

એક ગામમાં મોટું મંદિર હતું. ત્યાં એક સાધુ પોતાની ભક્તિ અને શ્રદ્ધા વડે ભગવાનની પૂજા કરતો હતો. કોઈ એક રાત્રીના સમયે સાધુના ઘરે ચોર ચોરી કરવા માટે આવ્યો. તે સમયે સાધુ ઘોર નિંદરમાં સૂતો હતો. ચોરે વિચાર્યું કે ઘરમાં માણસ સૂતો છે. તે જાણીને ચોર ઘરમાં સામાન શોધવા લાગ્યા. પરંતુ ચોરના હાથમાં કંઈ જ સામાન હાથ ના લાગ્યો. તેથી તે નિરાશ થઈને પાછા જવા લાગ્યા.

તે સમયે ઘરમાં સૂતા સાધુ જાગી ગયા અને તેને ચોરને રોકીને કહ્યું કે, આ સાધુના ઘરમાં તને કોઈ મૂલ્યવાન કે કિંમતી સામાન નહીં મળે. પણ હું તને ખૂબ જ હૃદયપૂર્વક પ્રેમથી કંઇક આપી શકું છું. તું મારુ એક કામ કરી શકીશ..ચોરે કહ્યું કે હા બોલો. તો સાધુ કહે કે, તું બસ મારુ એક કામ કર. આજની રાત શું તું મારા ઘરે રહીને ભગવાનને પ્રાર્થના કરીશ? તને તારી મહેનતનું ફળ પણ કદાચ મળે. સંજોગોવશાત સવારે કોઈ પૈસાદાર ભક્ત આવીને પોતાની મનોકામના પૂર્ણ થવાથી કેટલાક રૂપિયા સાધુના ચરણોમાં મૂકી જાય તો? તેણે સાધુના કહેવાથી આખી રાત પ્રાર્થના કરી. સંજોગોવશાત્ કોઈ ભક્તની મનોકામના પૂર્ણ થતાં તે સાધુના ઘરે આવીને કેટલાય રૂપિયાનું બંડલ મૂકી ગયો.

સાધુએ તે બધા જ રૂપિયા ચોરને આપી દીધા અને કહ્યું કે આ રૂપિયા તારા છે. તારી પ્રાર્થનાને કારણે ભગવાને તને ભેટ આપ્યા છે. માટે તું તારા જોડે જ રૂપિયા રાખ. આ સાંભળીને ચોરની આંખોમાં આંસુ આવી ગયા. અને આશ્ચર્યચકિત થઈ ગયો અને કહ્યું કે, હું તો ભગવાનને ભૂલી જ ગયો હતો. જે એક રાતની પ્રાર્થનાથી મને આટલું બધું આપી દીધું. તેના હૃદયમાં પરિવર્તન જોવા મળ્યું. તેણે તે રૂપિયા ન લીધા અને તે સાધુના પગમાં પડી ગયો. સાધુએ ખૂબ જ

ધીરજ અને પ્રેમથી ચોરનું વ્યક્તિત્વ સંપૂર્ણપણે બદલી નાખ્યું. અને તેને પોતાના જીવનમાં કદી પણ ચોરી ન કરવાનો સંકલ્પ કર્યો.

આમ, આપણે પણ બીજાની ખરાબ આદત સુધારવા માટે તેને શિક્ષા કે દંડ ન કરવો જોઈએ. પરંતુ પ્રેમથી બધું જ બદલી શકાય છે. પ્રેમથી દરેકના જીવનમાં પરિવર્તન લાવી શકાય છે.

૮. જેવા સંસ્કાર તેવા વિચાર

એક સમયની વાત છે. નરેન્દ્રનાથ કરીને રાજા રાજ કરતા હતા. તેમના દરબારમાં એક બુદ્ધિશાળી માણસની ખૂબ જરૂર હતી. તેથી કોઈ એક માણસને આ વાતની જાણ થતાં, રાજાના દરબારમાં તે બુદ્ધિશાળી વ્યક્તિ કામની શોધમાં આવી પહોંચ્યો હતો. તે અજાણ્યો માણસ હતો. તેને ત્યાં આવીને કહ્યું કે, "રાજાધિરાજ, હું આપણા રાજ્યમાં કામ કરવા માટે આવ્યો છું." તમે મને કોઈપણ કામ આપશો તો હું તેને મુશ્કેલમાં મુશ્કેલ સમસ્યાનો ઉપાય શોધી શકું છું."

રાજાએ આ વાત સાંભળીને તેને રાજ્યમાં કામ આપ્યું. તે માણસને પોતાના રાજ્યમાં અધિકારી તરીકે નિમણૂક આપી. તેને સૌ પ્રથમ ઘોડાની દેખરેખ કરવાની જવાબદારી આપવામાં આવી. થોડા સમય પછી રાજા તેના જોડે જઈને ઘોડા વિશેની માહિતી લીધી. તો તેને કહ્યું કે, "મહારાજ, આપનો આ ઘોડો અસલી ઘોડો નથી." આ સાંભળીને તો રાજાને નવાઈ લાગી. તેથી રાજાએ તે માણસની વાત સાચી માનીને તે ઘોડાની તપાસ કરાવી. તો ખબર પડી કે સાચે જ ઘોડો અસલી નથી. તે ઘોડાના જન્મ સમયે જ તેની માતા મૃત્યુ પામી હતી. તેથી આ ઘોડાને ગાયનું દૂધ પીવડાવીને મોટો કરવામાં આવ્યો હતો. આની જાણ થતા તે રાજા પેલા માણસ જોડે ગયા અને પૂછ્યું કે, તને આ ઘોડા વિશે ખબર કેવી રીતે પડી? ત્યારે પેલા અધિકારીએ કહ્યું કે, "જ્યારે બધા ઘોડા ઘાસ ખાતા હતા. ત્યારે બધાનું મુખ ઉપર રાખીને ખાતા અને આ ઘોડો પોતાનું મુખ નીચું રાખીને ઘાસ ખાતો હતો."

આ વાત સાંભળીને રાજા ખૂખૂબ જ ખુશ થઇ ગયા અને તે માણસને પ્રમોશન આપવામાં આવ્યું. હવે તેને રાણીના મહેલમાં નોકરી આપવામાં આવી. થોડા સમય પછી રાજાએ તેના ઘરે ઇનામ રૂપે બકરીનું માંસ અને કેટલુંક અનાજ

આપવામાં આવ્યું. ત્યારબાદ થોડા સમય પછી રાજાએ ફરીથી માણસને પોતાની પત્ની વિશે પૂછ્યું. તો તેને કહ્યું કે, "રાણી આમ તો રૂપરૂપનો અંબાર છે. તેમના જેવા સ્વરૂપવાન કોઈ નથી. પરંતુ સાચે જ તેમનામાં રાણી તરીકેના ગુણ જોવા મળતા નથી." આ વાત સાંભળીને રાજાએ પોતાની સાસુને સંદેશો મોકલ્યો. જેવો જ સંદેશો મળ્યો કે સાસુમા પોતાની દીકરીને મળવા આવી પહોંચ્યા. ત્યારે રાજાએ તેમની દીકરી વિશે સાચી વાત કરવાનું કહ્યું. ત્યારે તેમની આંખમાં આંસુ આવી ગયા અને રાજા સામે જોઈ શક્યા નહીં. પોતાનું માથું ઝુકાવીને કહ્યું કે, "જ્યારે મારી દીકરીનો જન્મ થયો. ત્યારે જ તેની સગાઈ આપની સાથે કરવામાં આવી. પરંતુ લાંબી બીમારીના કારણે તે જીવી શકી નહિ અને મરણ પામી. અમે તમને વચન આપ્યું હતું, તેથી અમે બીજી દીકરીને દત્તક લીધી અને આજે તે આપની મહારાણી છે." હવે તે માણસની વાત પણ સાચી નીકળી. રાજાએ પેલા માણસ જોડે જઈને પૂછ્યું કે તેને આ વાતની ખબર કેવી રીતે પડી? ત્યારે પેલા માણસે કહ્યું કે, "આપના રાજ્યમાં જેવી રીતે બીજા બધા માણસોમાં વાત કરવાની વિનમ્રતા જોવા મળે છે. તે મહારાણીમાં વાત કરવાની છટા જોવા મળતી નથી. તેમનામાં વિનમ્રતાનો ગુણ જોવા મળતો નથી." રાજા પાછા ખુશ થઈ ગયા અને તેના ઘરે અલગ અલગ પક્ષીઓનું માંસ મોકલવામાં આવ્યું અને કેટલુક અનાજ પણ મોકલવામાં આવ્યું અને તે વ્યક્તિને પ્રમોશન કરીને પોતાના મંડળમાં મંત્રી તરીકે નિમણૂક કરી.

થોડા દિવસ પછી રાજાને પોતાના વિશે પૂછવાનો વિચાર આવ્યો અને કહ્યું કે, "તમે મારા વિશે શું વિચારો છો?" તે ડરતા ડરતા બોલ્યો કે, "તમે મને સજા ન કરો તો હું તમને કહું." તમે મને પહેલા વચન આપો રાજાએ તરત જ વચન આપ્યું અને કહ્યું કે, "હું તને કંઈ પણ સજા કરીશ નહિ." ત્યારે તેણે કહ્યું કે, "તમે નથી તો રાજા કે નથી રાજા તરીકેના તમારામાં લક્ષણ." રાજાને તે માણસ પર ખૂબ જ ગુસ્સો આવ્યો. પરંતુ રાજા તેને કંઈ પણ કરી શકે તેમ ન હતા. કેમ કે તેમણે વચન આપ્યું હતું. રાજા તરત જ પોતાના પિતા જોડે ગયા. અને કહ્યું કે, "પિતાજી તમે મને સાચું કહેજો." ત્યારે રાજાના પિતાએ કહ્યું કે, "બેટા મારા નસીબમાં પુત્રનું સુખ લખેલું નથી. તેથી એક સમયે આપણા રાજ્યમાં એક માણસ મળી ગયો અને તેને પાંચ વર્ષનો દીકરો હતો. તે એકલો પડી ગયો હતો. તેથી તેના પાલન-પોષણની જવાબદારી મારી હતી. તેથી મેં તેના પલપોષણની

જવાબદારી લીધી હતી. તે દીકરો એટલે આજનો આ મહારાજ." ત્યારબાદ તે રાજા પેલા મહાન માણસ જોડે આવ્યા. તેને પૂછ્યું કે, "તમને મારા વિશે કેવી રીતે ખબર પડી?" તો તેને કહ્યું કે, "આ તો ખૂબ સરળ છે. જો તમે રાજાના ઘરે જ જન્મ લીધો હોત ત, તમે મને ઇનામના રૂપે હીરા, મોતી, રત્નજડિત આભૂષણ જેવી કિંમતી વસ્તુ આપત પરંતુ તમે મને દરેક વખતે માંસ આપ્યું." દરેક વ્યક્તિ પોતાના વિચારોથી જ મહાન બને છે.

આમ, આપણા ગુણ અને સંસ્કારના કારણે જ આપણી ખરી ઓળખાણ થાય છે. તમે કોઈ પણ હોદ્દા પર હશો પરંતુ તેની સાચી ઓળખ તો વ્યવહાર અને મુસીબતના સમયે જ થાય છે.

૯. સંતોષી જીવન

એક શહેરની વાત છે. ત્યાં ધનપાલ શેઠને એક મોટી દુકાન હતી. તેમાં એક વિનોદ કરીને એક યુવક કામ કરતો હતો. તે ખૂખૂબ જ મહેનતુ અને કર્તવ્યનિષ્ઠ હતો. તે કોઈપણ દિવસ ઘરે રહેતો ન હતો. તે સતત દુકાનમાં કામ કર્યા કરતો હતો. તેની આવી મહેનતથી તે શેઠ ખૂબ જ ખુશ હતા. એક દિવસ તે યુવક કહ્યા વગર દુકાન પર ન આવ્યો. તો શેઠને લાગ્યું કે કદાચ તે યુવકને હું પગારમાં ઓછા રૂપિયા આપું છું. તેથી કદાચ કહી શકતો નથી. માટે તે આજે કામ પર આવ્યો નહીં હોય.

હવે જ્યારે બીજો દિવસ થયો. ત્યારે તે યુવક પોતાના નિત્યક્રમ પ્રમાણે દુકાન પર આવીને પોતાનું કામ કરવા લાગ્યો. શેઠ તેના ન આવવાનું કારણ જાણ્યા વગર જ કહ્યું કે, હું તારા પગારમાં વધારો કરી આપું છું. જે સાંભળીને તે યુવકના ચહેરા પર ખુશી જોવા ન મળી. તે તેના કામમાં તલ્લીન થઈને કામ કરવા લાગ્યો. થોડાક મહિના બાદ ફરી યુવક કોઈક કારણવશ કામ પર આવી શક્યો નહીં. આમ કહ્યા વગર યુવક વારંવાર ઘરે રહે તેના કારણે શેઠ ખૂબ જ ગુસ્સે થયા.

બીજા દિવસે જ્યારે યુવક પોતાના કામ પર આવ્યો તો શેઠે કહ્યું કે આજથી તને તારા પગારમાં કાપ મુકવામાં આવ્યો છે અને તને પહેલા જેટલા મળતા હતા, તેટલા જ રૂપિયા તને મળશે. આ સાંભળીને યુવકને કોઈપણ જાતનું દુઃખ પણ ન થયું. પરંતુ તે પોતાની મહેનતથી જે કામ કરતો હતો તે જ પ્રમાણે તે કામ કરવા લાગી ગયો. જયારે મહિનાને અંતે પગારમાં ઓછા રૂપિયા આપ્યા તો પણ તેના મુખ પર કોઈ ચિંતા કે દુઃખનો ભાવ જોવા ન મળ્યો.

શેઠે વિચાર્યું કે જ્યારે આ યુવકને હું રૂપિયા વધાર્યા તો પણ ખુશ ન થયો અને ઓછા આપ્યા તો પણ દુઃખી ન થયો. આનું કારણ શું છે? શેઠે યુવકને બોલાવીને આનું કારણ પૂછ્યું, તો યુવકે કહ્યું કે,

પહેલીવાર જ્યારે હું દુકાન પર ન આવ્યો. તે દિવસે મારા ઘરે દીકરીનો જન્મ થયો હતો. ત્યારે તમે મારા પગારમાં વધારો કર્યો. ત્યારે મને એમ કે દિકરીરૂપે લક્ષ્મી આવી એટલે મારા પગારમાં વધારો કરી આપ્યો. માટે હું ખુશ ન થયો. બીજી વખત જ્યારે હું દુકાન ન આવ્યો તે દિવસે મારી દીકરીનું અવસાન થયું હતું. ત્યારે તમે મારા પગારમાં ઘટાડો કર્યો. ત્યારે મેં વિચાર્યું કે મારી દીકરીના ભાગનું તમે લઇ લીધું. તેથી મેં આમ વિચાર કરીને મારા હૃદયમાં (મનમાં) દુઃખ જોવા ન મળ્યું. યુવકની આ વાત સાંભળીને શેઠે તેને પોતાના હૃદયસ્પર્શી લગાવી ને ખૂબ જ રડવા લાગ્યા.

આમ, જ્યારે પણ આપણા જીવનમાં સમય સારો આવે તો વધુ ખુશ ન થવું અને ખરાબ સમય આવે તો બહુ દુઃખી ન થવું જોઈએ. સુખ અને દુઃખ તો આવે અને જાય. માટે હંમેશા આપણે પોતાના જીવનમાં સંતોષ રાખવો જઈએ.

૧૦. વિશ્વાસથી સફળતા

પ્રાચીન સમયની વાત છે. ગામના મંદિરમાં એક સંન્યાસી સાધુ રહેતા હતા. તે પોતાના મંદિરમાં ભગવાનની સેવા ખૂબ જ વિશ્વાસથી કરતા હતા. તેમને ભગવાન પર અતૂટ શ્રદ્ધા હતી. તેમના વિશે કહેવાતું કે તે જ્યારે પણ નૃત્ય કરે ત્યારે ત્યારે તે ગામમાં ખૂબ જ વરસાદ થતો હતો. સાધુથી ગામના લોકો પણ ખૂબ જ ખુશ હતાં. જ્યારે પણ ગામમાં વરસાદની જરૂર હોય. ત્યારે તેઓ સાધુ જોડે જઈને પોતાની વાત કરતા. ત્યારબાદ સાધુ નૃત્ય કરે એટલે તરત જ વરસાદ થવા લાગે. અને લોકો ખુશ થઈ જતા. ગામ'માં આનંદનો માહોલ જોવા મળતો હતો.

એકવાર ઉનાળુ વેકેશનમાં તે ગામમાં શહેરમાંથી આઠ-દસ યુવાનો ગામમાં આવ્યા. ગામના કેટલાક મિત્રોએ આ સાધુની વાત કરી. શહેરના યુવાનોએ આ વાત માનવા તૈયાર ન હતા. તે કહે કે આવું કંઈ ના હોય. જ્યારે યુવાનો માન્યા નહીં. તો તેમને સાધુ જોડે લઈ ગયા. ત્યારે યુવાનોએ સાધુને વરસાદ વિશેની વાત કરી. તો તેમને પણ હા પાડી.

ત્યારે યુવકોએ કહ્યું કે, જો નૃત્ય કરવાથી વરસાદ થતો હોય તો અમે પણ નૃત્ય કરીએ. અને જોઈએ કે વરસાદ થાય છે કે કેમ? ત્યારે તે યુવકોએ વારાફરથી નૃત્ય કરવાનું શરુ કર્યું. પહેલા યુવકે દસ મિનિટ નૃત્ય કર્યું. બીજાએ પંદર મિનિટ કર્યું. આમ બીજા બધા જ યુવકો વારાફરથી નૃત્ય કરવા લાગ્યા. પણ વરસાદ થયો જ નહિ.

હવે સાધુનો વારો આવ્યો. બધાની આશા તેમના પર બંધાઈ હતી. તેમને ગામના લોકો સામે નૃત્ય કરવાનું શરૂ કર્યું. એકકલાક થયો પણ વરસાદ ના આવ્યો. તો સાધુએ જ્યાં સુધી વરસાદ ના આવે ત્યાં સુધી નૃત્ય કરવાનું શરૂ જ

રાખ્યું. આમને આમ આખો દિવસ પસાર થઈ ગયો. અને સાંજ પડવા આવી ત્યાં તો આકાશમાં કાળા વાદળો થવા લાગ્યા. કાટકા- વીજળીઓ થવા લાગી. અને થોડી જ વારમાં જોરદાર વરસાદ થવા લાગ્યો. આ જોઈને શહેરના યુવકોને ખૂબ જ નવાઈ લાગી. અને તે સાધુના પગમાં પડીને આશીર્વાદ લેવા લાગ્યા.

યુવકોએ સાધુને તેમના આ ચમત્કાર વિશે પૂછ્યું. તો સાધુએ કહ્યું કે,

'આ ગામના લોકોનો મારા પર ખૂબ જ વિશ્વાસ છે. અને મને મારા ભગવાન પર વિશ્વાસ છે. અને તેમાં પણ હું ત્યાં સુધી નૃત્ય કરું છું કે જ્યાં સુધી વરસાદ ના આવે. હું નૃત્ય કરતી વખતે સમયને જોતો નથી.'

આમ, જ્યાં સુધી આપણને સફળતા ના મળે ત્યાં સુધી પ્રયત્ન કરવો જોઈએ અને તે કામમાં વિશ્વાસ પણ હોવો જોઈએ. જે માણસ કામ વિશ્વાસ રાખીને કરે છે તેને ચોક્કસ સફળતા મળતી હોય છે.

૧૧. ઉપરવાળો દયાળુ છે

એક સમયની વાત છે. એક રાજ્યમાં રાજા રાજ કરતા હતા. તેમને પોતાના રાજ્યમાં ફળોના બગીચાનો ખૂબ જ શોખ હતો. તેને ખૂબ સાચવતા હતા. બગીચાને સાચવવા માટે તેમને પોતાનો વિશ્વાસુ એક માળીને રાખ્યો હતો. જે બગીચાને પોતાના દીકરાની જેમ સાચવતો હતો.

તે માળી બગીચામાંથી દરરોજ પોતાના રાજા માટે મીઠા ફળ-ફૂલ લઈ જતો હતો. નિત્યક્રમ પ્રમાણે તે માળી બગીચામાં ગયો. તો જોયું કે આજે કેટલાય છોડ પર સુંદર ફળ પાકી ગયા હતા. જેવા કે દાડમ, દ્રાક્ષ, નારિયેળ, સફરજન, નારંગી, મોસંબી જેવા વિવિધ ફળો તૈયાર થયા હતા. તે વિચારતો હતો કે, આ બધા ફળોમાંથી હું રાજા માટે કયું ફળ લઈને જઉ? તેણે વિચાર્યું કે, આ બધાં ફળો કરતાં સૌથી સ્વાદિષ્ટ દ્રાક્ષ લાગે છે. આજે રાજા માટે દ્રાક્ષ લઈને જઈશ. તે દ્રાક્ષને એક શણગારેલી મસ્ત ટોપલીમાં લઈને ગયો. ત્યાં મહેલમાં જઈને જુએ છે. તો રાજા કોઈ કારણસર ખૂબ જ નારાજ હતા. તે ખૂબ ચિંતામાં હતા. તેમનું ધ્યાન કંઈક વિચારોમાં હતું.

તે માળી શાંતિથી રાજા જોડે જઈને નિયમિત જે જગ્યાએ ફળની ટોપલી મૂકતો હતો. ત્યાં મૂકીને તેમની બાજુમાં બેસી ગયો. હવે રાજા વિચારતા વિચારતા ધીમે ધીમે તે ટોપલીમાંથી એક દ્રાક્ષ લઈને પોતાના મુખમાં મૂકી દેતા. ત્યારબાદ બીજી દ્રાક્ષ લઈને તે પેલા માણસના માથા પર મારતા હતા. ત્યારે તે માણસે બોલતો કે,

"સાચે જ ભગવાન ખૂબ દયાળુ છે" આ ઘટના વારંવાર બનવા લાગી. રાજા એક દ્રાક્ષ મોઢામાં મૂકતા અને બીજી દ્રાક્ષ તે માણસના માથા પર મારતા અને સામે તે માણસ પણ એક જ વાક્ય બોલતો કે, "સાચે જ ભગવાન ખૂબ દયાળુ છે."

થોડા સમય પછી રાજાને અચાનક ખબર પડી. તે પોતાના વિચારોમાંથી બહાર આવે છે. તો તેમને અફસોસ થાય છે કે હું માળીને ખોટી રીતે દ્રાક્ષ મારતો હતો. પરંતુ તેમને નવાઈ લાગે છે કે અજાણતા પણ દ્રાક્ષ મારતા તે માણસ કંઈક એક જ વાક્ય હસતા મુખે બોલતો હતો. રાજાએ તેને પોતાની પાસે બોલાવીને પૂછ્યું કે, તું હસતા મુખે શું બોલતો હતો? તેને કહ્યું કે, "મહારાજ હું ભગવાનનો આભાર માનતો હતો અને કહેતો હતો કે "સાચે જ ભગવાન ખૂબ દયાળુ છે" રાજાએ તેનું કારણ પૂછ્યું. ત્યારે તે માણસ હસતા મુખે રાજાને બે હાથ જોડીને કહે છે કે, "રાજાજી આજે બગીચામાં કેટલાય મોટા ફળ થયા હતા. જેમ કે, નારિયેળી, જામફળ, મોસંબી, સફરજન જેવા અનેક ફળો હતા પણ ભગવાને મને બુદ્ધિ આપી અને મને આજે આપના માટે દ્રાક્ષ લાવવાનો વિચાર આવ્યો." હું વિચારું છું કે, "કદાચ દ્રાક્ષની જગ્યાએ બીજા ફળ જેવુ કે નારિયેળ લાવ્યો હોત. તો આજે મારું શું થાત? મારી પરિસ્થિતિ કેવી હોત?"

આમ, આપણા જીવનમાં આવતી કોઈ પણ તકલીફ આપણા માટે સારી જ હોય છે. અત્યારે જે તકલીફ છે. તેના કરતાં કદાચ મોટી આવી હોત તો? આ વિચારીને આપણે તે તકલીફને હસતા મુખે સહન કરતા અને દૂર કરતાં શીખવું જોઈએ. સમય આવશે અને જતો પણ રહેશે. ચિંતા કરવાથી કે દુઃખી થવાથી કોઈ સમસ્યા જવાની નથી.

૧૨. માગતા પહેલાં આપતા શીખો.

એક સમયની વાત છે. એક શહેરમાં ભિખારી રહેતો હતો. તે ભીખ માગવા માટે અલગ અલગ જગ્યાએ જતો હતો. આજે તે ભીખ માંગવા માટે રેલવે સ્ટેશન પર ગયો. ત્યાં ભીખ માગવા લાગ્યો. ભીખ માગતા માગતા તેની નજર એક યુવાન પર પડી. તેને જોઈને ભિખારી બહુ ખુશ થઈ ગયો. કારણ કે તે યુવાન માણસ સજ્જન લાગતો હતો. તે વધુ પૈસા આપશે. તેમ માનીને તેના જોડે ગયો. થોડો સમય ભીખ આપવા માટે આજીજી કરી. પરંતુ તે ભિખારીને પેલા સજ્જને પૈસા ન આપ્યા, પરંતુ તે સજ્જન ભિખારી પર ગુસ્સે થઈ ગયા અને કહ્યું કે, "તારામાં બુદ્ધિ જેવું કંઈ છે કે નહીં?" હું તને કંઈ આપવા માંગતો નથી. તો તું મારી પાછળ કેમ પડ્યો છે? અને સારું હું તને ભીખમાં પૈસા આપુ તો તું મને સામે શું આપીશ?

ભિખારીએ કહ્યું કે, "સાહેબ હું ખુદ એક ભિખારી છું. હું તમને શું આપી શકું?" તો તે માણસે કહ્યું કે "જો તું કંઈ આપી શકે તેમ ન હોય તો લેવાનો પણ તારે કોઈ અધિકાર નથી." આ શબ્દો પહેલા ભિખારીના હૃદયમાં અંકાઈ ગયાં. તે વિચારવા લાગ્યો કે તે માણસની વાત એકદમ સાચી છે. તે સ્ટેશનની બહાર આવીને જોવા લાગ્યો તો સામે બગીચામાં કેટલાક ફૂલ ઉગેલા હતા. તેણે વિચાર્યું કે હું આ ફૂલનો ઉપયોગ કરું તો કેટલું સારૂં? "જે મને ભીખમાં પૈસા આપે. તેને હું એક ફૂલ આપું." આ વિચારનો તેને તાત્કાલિક અમલ કર્યો. જે માણસ તેને ભીખ આપે. તેની સામે તે ભિખારી એક ફૂલ હસતા મુખે આપતો. લોકોને તેનો આ વિચાર ખૂબ ગમ્યો. લોકો પણ તેને હસતા મુખે ભીખ આપવા લાગ્યા.

કેટલાક દિવસો પસાર થઈ ગયા. ફરી એકવાર પેલા સજ્જન માણસ રેલવે સ્ટેશન પર જોવા મળ્યા. તો ભિખારી તેમના જોડે ગયો અને ભિખારી તેમના જોડે

ભીખ માંગવા લાગ્યો અને કહ્યું કે, "આ વખતે તમે મને ભીખ આપો. હું તમને બદલામાં કંઈક આપીશ". તો સજ્જને તેને હસતા મુખે કેટલાક રૂપિયા આપ્યા. તો સામે ભિખારીએ તેમને એક ફૂલ હસતા મુખે આપ્યું. આ જોઈને સજ્જન બહુ જ ખુશ થઈ ગયા અને કહ્યું કે, "આજ જ સાચું કર્મ છે." જો આપણે કોઈને કંઈ આપી ન શકીએ તો લઈ પણ ન શકીએ. આ આપણા જીવનનો મુખ્ય ઉદ્દેશ હોવો જોઈએ.

આ સાંભળીને ભિખારીના મનમાં અનેરો આનંદ આવી ગયો અને તેણે નક્કી કર્યું કે "હવે તે ભીખ નહીં માગે" તેને મગજમાં વિચારો કરીને એક આયોજન કર્યું. તેણે ફૂલોના વેપારની શરૂઆત કરી. તે ભિખારી હવે કેટલાક મહિનાથી રેલવે સ્ટેશન પર જોવા મળતો ન હતો.

કેટલાક મહિના બાદ ફરી તે ભિખારી તે જગ્યા પર આવે છે. પરંતુ તે અલગ ઓળખાણ લઈને આવે છે. તે સમયે પેલો સજ્જન માણસ પણ ત્યાં આવે છે. તો પેલા માણસે તેને નમસ્કાર કરીને કહ્યું કે "મારી ઓળખાણ પડી" તો પેલા સજ્જન માણસે ના પાડી દીધી. તો પેલા માણસે કહ્યું કે, આપણે પહેલાં બે વાર મળ્યા છીએ. પેલા માણસને નવાઈ લાગી. તો પેલા માણસે કહ્યું કે "હું પેલો ભિખારી છું. જેને તમે જીવન જીવતા શીખવ્યું". કે જીવનમાં લેણ-દેણ કઈ રીતે કરી શકાય? અને બીજી વાર મળ્યા. ત્યારે કહ્યું કે, "આપણા વિચાર ઉચ્ચ કોટિના હોવા જોઈએ." જેના કારણે આજે હું તમારી સામે તમારા જેવો સજ્જન માણસ બની ગયો.

સૌ પ્રથમ હું લોકોને ફૂલ તોડીને આપતો હતો. ત્યારબાદ ફૂલની ખરીદી શરૂ કરી. આજે મારે ફૂલોનો મોટો વેપાર છે.

આમ, આપણે પણ જ્યાં સુધી પોતાની જાતને શક્તિમાન નહીં માનીએ. ત્યાં સુધી આપણે પણ ભિખારી જેવું જ જીવન જીવીશું. આપણે એક સીમામાં બંધાઈ જવાનું પસંદ કરીએ છીએ. જેના કારણે આપણે કંઈક નવું કરી શકતા નથી. જેના કારણે આપણે વધુ વિચારી પણ શકતા નથી. જો આપણા વિચારો અને સપનું ઉચ્ચ કોટિનું હશે, તો આપણે તેને સાકાર કરવા માટે ચોક્કસ મહેનત કરીશું.

૧૩. હકારાત્મક અભિગમ

એક રાજ્ય હતું. ત્યાં એક ધનપતરાજ કરીને રાજા રાજ કરતા હતાં. તેમની પાસે ઘણા બધા ઘોડાઓ હતાં પરંતુ તેમાંથી તેમને એક ઘોડો ખૂબ પ્રિય હતો. કારણ કે તે ખૂબ જ શક્તિશાળી, આજ્ઞાકારી, સમજદાર અને તેનામાં લડવાની કુશળતા તેમજ વિજયી બનાવવાના તમામ ગુણો ધરાવતો હતો.

રાજા બધા જ ઘોડાઓ સાથે યુદ્ધોમાં જતા હતાં. પરંતુ તે બધા ઘોડાઓ કરતા એક ઘોડો રાજાને સૌથી પ્રિય હતો. તેના પર સવાર થઈને તે હંમેશા યુદ્ધના મેદાનમાં જતા હતાં. ધીરે ધીરે સમય પસાર થવા લાગ્યો અને એક સમય એવો આવ્યો. જ્યારે તે ઘોડો વૃદ્ધ દેખાવા લાગ્યો. હવે તે પહેલાંની જેમ કામ કરી શકતો ન હતો. તેથી હવે રાજા પણ તે ઘોડાને યુદ્ધના મેદાનમાં લઈ જતા ન હતાં.

એક દિવસ તે ઘોડો પાણી પીવા માટે તળાવમાં ગયો, પરંતુ ત્યાં વધુ માટી અને પાણી હોવાથી તેનો પગ કાદવમાં ફસાઈ ગયો અને પછી તે કાદવમાં ડૂબવા લાગ્યો.

ઘોડાએ ખૂબ પ્રયત્ન કર્યો, પરંતુ તે પોતાને કાદવમાંથી દૂર કરી શક્યો નહીં. તે હવે પોતાની જાતને બચાવવા માટે જોરજોરથી હણહણવા લાગ્યો. ઘોડાના અવાજથી લોકોને ખબર પડી કે ઘોડો તળાવના કાદવમાં ફસાઈ ગયો છે. ઘોડાને ફસાવાના સમાચાર રાજ્યમાં ફેલાઈ ગયા કે, "રાજાનો પ્રિય ઘોડો તળાવમાં ફસાઈ ગયો છે." આ સાંભળીને રાજ્યના લોકો તળાવ બાજુ તેને જોવા માટ દોડવા લાગ્યા. આ સમાચાર રાજા સુધી પહોંચ્યા.

રાજા સહિત રાજ્યના દરેક માણસો ઘોડાને બચાવવા માટે આસપાસ ભેગા થયા અને તેને બહાર કાઢવા માટે વિવિધ પ્રયાસો કર્યા પરંતુ લાંબા સમય સુધી પ્રયત્ન કર્યા પછી પણ કોઈ રસ્તો નીકળી શક્યો નહીં.

તે સમયે ત્યાંથી ગૌતમ બુદ્ધ તે રસ્તા પર પસાર થઈ રહ્યા હતાં. રાજા અને તેમના મંત્રીમંડળ "તથાગત ગૌતમ બુદ્ધ" પાસે ગયા અને તેમને વિનંતી કરી કે તમે આ મુશ્કેલ પરિસ્થિતિમાં એમને યોગ્ય સલાહ આપો. જેથી અમે આ ઘોડાને કાદવમાંથી બહાર કાઢી શકીએ.

ગૌતમ બુદ્ધે પહેલા ઘટના સ્થળનું નિરીક્ષણ કર્યું અને ત્યારબાદ રાજાને સલાહ આપી કે "તળાવની ફરતે યુદ્ધના નગારાં જોરશોરથી વગાડવામાં આવે." ત્યાં જે પણ ઘોડાને જોવા માટે આવ્યા હતાં. તેમને બુદ્ધની આ વાત સાંભળીને વિચિત્ર લાગ્યું કે ફસાયેલા ઘોડાને નગારાં સાથે શું લેવા દેવા? અને આ વગાડવાથી ઘોડો કેવી રીતે બહાર આવશે?

બુદ્ધે જેવી વાત કરી કે તરત જ રાજાએ યુદ્ધના નગારાં મંગાવ્યા. તેને જોરજોરથી વાગડવામાં આવ્યા. આ અવાજ સાંભળીને તે મૃતઃપ્રાય અવસ્થામાં પડેલા ઘોડાના શરીરમાં અદ્દ્ભુત પરિવર્તન આવ્યું. તે ધીરે ધીરે ઊભો થયો અને પછી તે કાદવમાંથી બહાર આવ્યો. બધાને આશ્ચર્ય થયું. ત્યારે ગૌતમ બુદ્ધે બધાને સ્પષ્ટ કર્યું કે ઘોડાની શારીરિક ક્ષમતાનો અભાવ નથી, ફક્ત તેમાં ઉત્સાહ ઉત્પન્ન કરવાની જરૂર છે.

આમ, આપણા જીવનમાં ઉત્સાહ જાળવવા માટે જરૂરી છે કે માનવી હકારાત્મક વિચારસરણી જાળવી રાખે અને નિરાશાને વર્ચસ્વ ન થવા દે. અવારનવાર, સતત નિષ્ફળતાને લીધે વ્યક્તિ ધારે છે કે તે હવે પહેલાંની જેમ કાર્ય કરી શકશે નહીં, પરંતુ આ સંપૂર્ણપણે સાચું નથી. "ફક્ત હકારાત્મક વિચારસરણી" માણસને "માણસ" બનાવે છે. તમે હંમેશાં હકારાત્મક વિચાર કરો. તમારામાં એટલી બધી ઊર્જા પડેલી છે કે તમે જાતે જ સ્વસ્થ અને ખુશ રહી શકો છો.

૧૪. મનની શાંતિ

એક સમયની વાત છે. એક રાજ્યમાં હિંમતસિંહ કરીને રાજા રાજ કરતા હતા. તે દરરોજ પોતાના રાજ્યના કોઈ એક ગરીબ માણસની મદદ કરતા હતા. આ વાતની જાણ એક સંતને થઈ. તેથી તે રાજા જોડે આવ્યા. તેમણે રાજાને પોતાના ભિક્ષાપાત્રને ભરી આપવા માટે વિનંતી કરી. તેમાં અમૂલ્ય ઝવેરાતથી ભરવાની વાત કરી. આ વાતથી રાજાને નવાઈ લાગી કે આટલું નાનું પાત્ર મારે ભરતા કેટલી વાર લાગે? તેમ મનમાં વિચાર કરીને હુકમ કર્યો કે આ ભિક્ષાપાત્ર તાત્કાલિક ભરી દેવામાં આવે.

રાજાએ તેમના જોડે જે સોનાના ઝવેરાત હતા, તે સંતના પાત્રમાં મૂકવામાં આવ્યા. પરંતુ રાજા આશ્ચર્યચકિત થઈ ગયા. રાજા પાત્રમાં જોવે છે. તો પોતે મૂકેલા બધા જ સોનાના ઝવેરાત અદ્રશ્ય થઈ ગયા હતા. રાજાએ રાજ્યના ખજાનામાંથી બીજા સોના, ચાંદી અને મોતીઓ વગેરેના ઝવેરાત લાવવામાં આવ્યા. રાજાએ બધા જ ઝવેરાત તે વાસણમાં મૂકવા લાગ્યા. પરંતુ રાજા જેમ જેમ ઝવેરાત તે સંતના પાત્રમાં મૂકતા જાય તેમ તેમ તે અદ્રશ્ય થતાં હતા. રાજાએ હવે પોતાનો આખો ખજાનો તે પાત્ર ભરવા માટે ખાલી કરી નાખ્યો. તેમ છતાં પણ તે પાત્ર ભરી શક્યા નહીં.

રાજા વિચારમાં પડી ગયા. તેમને લાગ્યું કે આ સંત કોઈ અદ્ભુત પાત્ર લઈને આવ્યા છે. જેને આપણાથી ભરી શકાય તેમ નથી. હવે રાજા પોતાના સ્થાન પરથી ઊભા થઈને સંતના ચરણમાં ગયા. ત્યાં જઈને તે સંતના પગે પડીને સાચી વાત જાણવા પ્રયત્ન કર્યો. રાજાએ સંતને પૂછ્યું કે તમારા આ ભિક્ષાપાત્રનું સાચું કારણ જણાવશો? સંતે મહારાજને કહ્યું કે આ પાત્ર એક આપણા મનથી બનેલું છે. જેમાં તમે જેટલું પણ જ્ઞાન, ધન, હોદ્દો મેળવો પણ કદી મનને શાંતિ થતી નથી.

તેવી રીતે આ પાત્ર પણ કિંમતી ઝવેરાતથી ભરી શકાતું નથી. તેમાં તમે ગમે તેટલું અમૂલ્ય વસ્તુ કે કિંમતી ઝવેરાત મૂકશો તો પણ ભરી શકાય તેમ નથી. તેવી રીતે આપણા જોડે ગમે એટલું ધન આવે કે જ્ઞાન આવે, સંપૂર્ણ જગત આપણે જીતી લઈએ, તેમ છતાં પણ આપણા મનની ઈચ્છાઓ અધૂરી જરહી જાય છે. જ્યાં સુધી આપણે આપણું મન પરમાત્મામાં લગાવીશું નહી ત્યાં સુધી આ બધી વસ્તુઓ આપણા મનને શાંતિ આપી શકશે નહીં.

આમ, આપણા જોડે જેટલું પણ ધન હોય પણ સંતોષ નહીં હોય તો જીવન જીવવાનો કોઈ અર્થ રહેતો નથી. માટે આપણે હંમેશા મનને શાંત રાખીને વર્તમાનનો આનંદ લેવો જોઈએ.

૧૫. રૂપિયા કે જીવન

આ અત્યારના સમયને લાગુ પડતી વાર્તા છે. આવા સમયમાં પણ કેટલાક લોકો પોતાના જીવન કરતા રૂપિયાને વધુ મહત્વ આપે છે. તે લોકોમાં માણસો માટેની માનવતા મરી પરવારી છે.

એક સમયની વાત છે. પહેલાના સમયમાં હવાઈજહાજની સુવિધા ન હતી. ત્યારે વેપાર કરવા માટે બધા દરિયાઈ માર્ગનો ઉપયોગ કરતા હતા. એકવાર મદનમોહન નામના શેઠ દરિયાઈ માર્ગે વેપાર કરવા જતાં હતાં. તેમને પાણીમાં તરતા આવડતું ન હતું. તેમના કેટલાક મિત્રો તેને વારંવાર સમજાવતા હતા કે મિત્ર તારે વારંવાર દરિયામાં મુસાફરી કરવાની હોય છે. દરિયામાં ગમે ત્યારે તોફાન આવી જાય. તો પોતાનું જીવન બચાવવા માટે તને તરતા આવડવું જોઈએ.

મદનમોહનને તેમના મિત્રની વાત સાચી લાગતી હતી પણ તે પોતાના વ્યવસાય- ધંધામાં ખૂબ ઓતપ્રોત થઈ ગયા હતા. તેથી તેમને તરવાનું શીખવા માટે સમય ન હતો. તેમને પોતાના મિત્રને કહ્યું કે, 'બીજી કોઈ સલાહ હોય કે મને ગમે ત્યારે દરિયામાં મદદરૂપ થઈ શકે તે કહે.' ત્યારે તેમના મિત્રએ તેમને બીજો ઉપાય બતાવ્યો અને કહ્યું કે, "તમે જ્યારે પણ દરિયાઈ મુસાફરી કરો. ત્યારે જહાજમાં તમારી સાથે કેટલાક ખાલી ડબ્બા રાખવાના. ગમે ત્યારે દરિયામાં તોફાન આવે કે જહાજને તળિયે કાણું પડે કે ગમે ત્યારે દરિયામાં જહાજ પાણીમાં ડૂબવા લાગે. ત્યારે તારે તે ખાલી ડબ્બાને તારા શરીર સાથે બાંધીને દરિયામાં કૂદી જવાનું જેથી તું તારો જીવ બચાવી શકીશ."

પોતાના મિત્રએ કહેલ બીજો ઉપાય ડબ્બાનો વધુ અસરકારક અને આસાન લાગ્યો. હવે જ્યારે તે દરિયાની મુસાફરી કરવા ગયા. ત્યારે આ વખતે તે પોતાની

સાથે ખાલી ડબ્બા રાખવા લાગ્યા. બીજા દેશમાં વેપાર કરીને હવે તે ફરી પાછા પોતાના દેશ આવવા લાગ્યાતે સમયે આવતાં તેને દરિયામાં જોરદાર તોફાનનો સામનો કરવો પડ્યો. તેના જોડે જે પણ માણસો હતા, તેમાં જેમને પણ તરતા આવડતું હતું. તે બધા જ દરિયામાં કૂદી ગયા. જ્યારે આ વેપારીને તરતા આવડતુ ન હતું. તેથી તેણે પોતાના મિત્રએ કહેલ વાત યાદ આવી ગઈ અને તેને જે જગ્યાએ ખાલી ડબ્બા મૂક્યા હતા. તે લઇને પોતાના શરીર સાથે બાંધવા લાગ્યો. તેને બાંધતા બાંધતા અચાનક યાદ આવ્યું કે જે બીજા દેશમાં પોતાનો સમાન વેચીને જે લાખો રૂપિયા ભેગા કર્યા છે. તે આ દરિયાઈ તોફાનમાં જતા રહેશે. આ વિચાર કરીને તેને જે રૂપિયા બેગમાં મૂકેલા હતા. તે રૂપિયા પોતાના શરીર સાથે બાંધેલ એક ડબ્બામાં મૂકી દીધા. ત્યારબાદ તે વેપારી દરિયામાં કુદી ગયો પરંતુ રૂપિયાના વજનના કારણે તે વેપારીએ પોતાનો અમૂલ્ય જીવ ગુમાવી દીધો.

આમ,આપણે પણ પોતાના જીવનમાં ઘણી વખત આવી જ પરિસ્થિતિમાં મુકાઈ જઈએ છીએ. આપણને ખબર નથી પડતી કે આપણા માટે મહત્વનું શું છે? રૂપિયા કે જીવન. આપણે રૂપિયા કમાવામાં ભૂલી જઈએ છીએ કે મિત્ર, સગા-વ્હાલા અને પોતાના પરિવાર માટે સમય આપી શકતા નથી.

૧૬. જો..જીતી જઈશ તો શું..?

એક શહેરમાં એક શિવમ નામનો એક કલાકાર રહેતો હતો. લોકો તેને ખૂબ જ પ્રેમ કરતા હતા. તેની કલાકારીથી બધા લોકો મંત્રમુગ્ધ થઇ જતા હતા. ધીરે ધીરે લોકોમાં તેની પ્રસિદ્ધિ વધવા લાગી. તેના કારણે કેટલીય ટી.વી. ચેનલવાળા તેના જોડે ઇન્ટરવ્યૂ લેવા આવે છે. ધીરે-ધીરે દરેક પ્રશ્નોના જવાબ ખૂબ જ ઉત્સાહથી આપે છે. ત્યારે તેને એક પત્રકાર છેલ્લો પ્રશ્ન પૂછે છે કે, "શું તમે કોઈ એવો રેકોર્ડ તોડવા કે બનાવવા માંગો છો? જે તમારા જીવનમાં યાદગાર બની રહે."

શિવમએ પત્રકારને કહ્યું કે, "તેવા કોઈ રેકોર્ડ વિશે મારા મનમાં વિચાર નથી." તો પત્રકારે કહ્યું કે "કંઈક તો હશે? અમે કાલના સમાચાર પત્રમાં મોટા અક્ષર વડે તમારી માહિતી છાપવાના છીએ. એટલે તમારો એક વિચાર અમને કહેવો પડશે કે, "તમે કયો રેકોર્ડ બનાવવા માંગો છો?" શિવમ તો વિચારમાં પડી જાય છે. કે શું કહું? ત્યારે તેને અચાનક વિચાર આવે છે અને કહે છે કે "હું એવો રેકોર્ડ બનાવવા માગું છું કે, "હું એક મિનિટમાં સૌથી વધારે શબ્દો બોલી શકુ છું." આ સમાચાર બીજા દિવસે સમાચારપત્રમાં મુખ્ય સમાચાર તરીકે છાપવામાં આવ્યા અને વાયુવેગે આખા શહેરમાં પહોંચી ગયા. ત્યારે વર્લ્ડ રેકોર્ડવાળાએ તે કલાકારને સામેથી કોલ કરીને કહ્યું કે, "અમે તમારો આજે સાંજે પાંચ વાગ્યે લાઈવ ટી.વી પર કાર્યક્રમ કરવા માગીએ છીએ." અને તેમાં તમારે સૌથી વધુ શબ્દો એક મિનિટમાં બોલવાનો રેકોર્ડ બનાવવાનો છે." તમારા આ રેકોર્ડને અમે દુનિયાભરના લોકોને બતાવવા માગીએ છીએ.

શિવમે ટી.વી.વાળાને હા પાડી. શિવમને હવે ધીરે ધીરે ડર લાગવા લાગ્યો. તે વિચારતો હતો કે, "હું શું બોલી ગયો? હવે હું શું કરીશ? કઈ રીતે બોલીશ? મને કંઈ ખબર નથી? મને કંઈ આવડતું નથી?" તેના મનમાં અનેક પ્રશ્નો ફરવા

લાગ્યા. તેને પોતાના પર પસ્તાવો થવા લાગ્યો કે મે ટી.વીવાળાને હા કેમ પાડી?"

સાંજના પાંચ વાગવા આવ્યા અને ટી.વી. ચેનલવાળાની ગાડી કલાકારને લેવા માટે તેના ઘરે આવી ગઈ. તેને લઈને ગાડી ઓફિસે પહોંચી ગઇ. જેમ જેમ ઓફિસ નજીક આવતી ગઈ, તેમ તેમ કલાકારના ધબકારા વધવા લાગ્યા અને વિચારતો હતો કે હારી જઈશ તો શું થશે? લોકો તેના વિશે કેવું વિચારશે? મારી લોકપ્રિયતા ઓછી થઈ જશે. ત્યારે તેને અચાનક વિચાર આવ્યો કે જો હું જીતી જઇશ તો શું થશે? એ લોકો મને ખૂબ પ્રેમ કરશે. મારી લોકપ્રિયતામાં વધારો થશે. તે શિવમ ઓફિસમાં ગયો અને લાઈવ કાર્યક્રમ શરૂ થયો અને જોતજોતામાં એક મિનિટમાં કોઈએ પણ ન બોલ્યા હોય તેટલા એકસો પિસ્તાળીસ શબ્દો એક જ મિનિટમાં બોલી ગયો અને તેને વિશ્વ રેકોર્ડ બનાવી દીધો. તેના આનંદનો કોઈ પાર રહ્યો નહિ. તેની ખુશી આંખોમાં જોવા મળતી હતી. આજે તેને આખી દુનિયા ઓળખવા લાગી. તેના ગુણગાન ગાવા લાગી. તેની વાહ વાહ થવા લાગી.

આમ, આપણે પણ હારી જઈશ ! તો શું થશે? તેનું પરિણામ કેવું આવશે? લોકો શું કહેશે? તેના બદલે જો "હું જીતી જઈશ તો શું થશે?" આ વિચાર આપણા મનમાં આવી જાય છે. તો વિશ્વની કોઈ પણ તાકાત તમને હરાવી શકશે નહીં. આપણામાં જે તાકાત પડેલી છે. તે બીજાનામાં નથી. આપણે જે કરી શકીએ છીએ. તે બીજા નથી કરી શકતા. માટે આપણે જ આપણા હીરો બનીએ. તો આપણું જીવન અવશ્ય સફળ થશે. આપણે ખુદ આપના પ્રેરણાસ્ત્રોત બનીએ.

૧૭. કર ભલા તો હોગા ભલા

એક સમયની વાત છે. એક રાજ્યમાં ખૂબ જ પ્રજાપ્રિય અને દયાળુ રાજા રહેતા હતાં. તેઓ હંમેશાં પોતાના રાજ્યની પ્રજાનું સુખ-દુઃખ જાણવા માટે હંમેશા વેશબદલીને રાજ્યમાં ફરતા હતાં. એક દિવસ તેઓ રાજ્યમાં પોતાના મંત્રીને લઈને વેશબદલીને ફરવા નીકળ્યા હતાં. તેઓ અલગ-અલગ વિસ્તારમાં ફરતા હતાં. તેવામાં તેઓને એક માણસની લાશ જોવા મળી. આજુબાજુમાં કેટલાય માણસો હતાં પણ તેના જોડે કોઈ જતું ન હતું. તેને હાથ અડાડવા પણ તૈયાર ન હતું. તેમને આવતાં-જતાં બધા જ માણસોની મદદ કરવા માટે વિનંતી કરી. તે લાશને અડવા માટેકોઈ તૈયાર થતું ન હતું? એટલે રાજાએ પોતાના મંત્રીને કહ્યું કે તમે અહી ઊભાં રહો. હું માણસોને પૂછતો આવું. કેમ આવું થાય છે? કેમ કોઈ આને મદદ કરવા માટે તૈયાર થતું નથી?

રાજા આજુબાજુના લોકોને પૂછવા લાગ્યા. તો તેમને જાણવા મળ્યું કે આ વ્યક્તિ બહુ જ ખરાબ હતો. તેનામાં સારા સંસ્કાર ન હતાં. તે દારૂ વધુ પીતો હતો. આ કારણે તેને કોઈ મદદ કરવા તૈયાર થતું નથી. આ સાંભળીને રાજા બીજા લોકો જોડે પૂછવા ગયા. તો ત્યાં પણ આ જવાબ મળ્યો. રાજાએ એક માણસને કહ્યું કે "જો તમે આ માણસની મદદ કરવા તૈયાર ન થતા હોય, તો કંઈ વાંધો નહીં પણ તેનું સરનામું જાણતા હો તો જણાવો. હું તેના ઘરે પહોંચાડી દઉં." તે માણસે રાજાને તે વ્યક્તિનું સરનામું આપ્યું. તેથી રાજા અને તેના મંત્રી તે લાશને લઈને તેનાં ઘરે મૂકવા ગયા. રાજાને કોઇ ઓળખતું ન હતું. કારણ કે રાજા વેશબદલીને આવ્યા હતાં.

રાજા પોતાના મંત્રી સાથે તે વ્યક્તિના ઘરે ગયા અને જઈને દરવાજો ખખડાવે છે. ત્યારે તેની પત્નીએ દરવાજો ખોલે છે. તો જોવે છે કે તેના પતિની

લાશ લઇને બે વ્યક્તિઓ ઊભા છે. તેને જોઈને સ્ત્રી રડવા લાગી અને બેભાન થઈ ગઈ. તે સ્ત્રીને રાજાના મંત્રીએ પાણી આપ્યું. રાજાના મનમાં એક વિચાર ફરતો હતો. કે આ વ્યક્તિ તેવું તો શું કામ કર્યું હશે? કે બધા લોકો તેને ખરાબ કામ કહે છે. રાજાએ શાંતિથી સ્ત્રીને પૂછ્યું કે "બેન તમારા પતિને બધા લોકો નકામો કેમ કહેતા હતાં?" તેને હાથ અડાડવા પણ કોઈ તૈયાર થતું ન હતું. આવું કેમ?" સારું થયું કે અમે ત્યાંથી આવતા હતાં. એટલે તમારા પતિની લાશને ઘરે લેતા આવ્યા. નહીં તો તેને અડવા માટે પણ કોઈ તૈયાર ન હતું?"

સ્ત્રીએ સ્વસ્થ થઈને કહ્યું કે, "મારા પતિ સારા વ્યક્તિ હતાં. તેઓ પવિત્ર અને હંમેશા બીજાનું સારું વિચારતા હતાં. તેમના જેવું બીજું કોઈ નથી." રાજાએ કહ્યું કે, "તો બીજા લોકો તેમને કેમ ખરાબ કહે છે? અને તેનાથી દૂર રહેતા હતાં." સ્ત્રીએ કહ્યું કે, "મારા પતિ ખૂબ જ સારું કામ કરતા હતાં પરંતુ તે મારું માનતા ન હતાં." તેઓ કહેતા હતાં કે, "જે પણ કામ કરું છું. તે સારા માટે કરું છું." ત્યારે સ્ત્રીએ કહ્યું કે, "આપ સાંભળો તેઓ શું કરતા હતાં? તેઓ હંમેશા દારૂની દુકાને જતા હતાં અને ત્યાંથી કેટલીક દારૂની બોટલ લાવીને ગટરમાં ખાલી કરી દેતા હતાં અને કહેતા કે જો આજે કેટલાય ઘરોમાં શાંતિ થાય તેવું કાર્ય કર્યું. કેટલીય સ્ત્રીઓ પોતાના દારૂડિયા પતિ સાથે શાંતિથી રહી શકશે. ત્યારબાદ રાત્રે તેઓ જે જગ્યાએ વેશ્યાવૃત્તિ થતી હતી. ત્યાં જતા અને ત્યાં કોઈ પણ એક સ્ત્રીને પૈસા આપીને ઘરે આવતા જેથી તેનું જીવન શાંતિથી જીવી શકે."

લોકો તેમને રોજ દારૂની દુકાને અને વેશ્યાવૃત્તિ થતી હોય ત્યાં જ તેમને જતા જોતા હતાં. તેથી તેમને ખરાબ કહે છે. પરંતુ મારા પતિ બહુ જ સારા અને સજ્જન માણસ હતા. હું તેમને કહેતી હતી કે, "તમે ભલે સારું કામ કરો છો પરંતુ લોકોની નજરમાં બહુ જ ખરાબ અને ચરિત્રહીન બનશો." તમારા મૃત્યુ સમયે તમારી જોડે કોઈ પણ માણસ નહીં આવે. ત્યારે તેઓ કહેતા કે "સાંભળ જ્યારે મારું મરણ થશે. ત્યારે મારા માટે આ રાજ્યના રાજા અને પ્રામાણિક માણસો મારી સ્મશાનયાત્રામાં જરૂર આવશે." આ કહીને તે સ્ત્રી જોરજોરથી રડવા લાગી. ત્યારે એ રાજાની આંખમાં પણ આંસુ આવી ગયા અને તે માણસે કહ્યું કે "માફ કરશો બેન, હું જ આ રાજ્યનો રાજા છું. વેશપલટો કરીને રાજ્યમાં ફરવા નીકળ્યો હતો. ત્યારે તમારા પતિની લાશ મળી. સાચે જ ભગવાને મને તમારા પતિ માટે જ

મોકલ્યો છે. ચિંતા ન કરો. તમારા પતિની સ્મશાનયાત્રા ખૂબ જ ઠાઠથી આખા નગરમાં કાઢવામાં આવશે."

આમ, આપણે પણ બીજા માણસ વિશે ખોટી ધારણા બાંધીએ છીએ. તેના વિશે સાચું જાણવાનો પ્રયત્ન કરતા નથી. પૂર્વગ્રહના આધારે આપણે તેને ખરાબ પરિસ્થિતિમાં પણ મૂકી દઈએ છીએ. જ્યારે સાચી ખબર પડે ત્યારે સમય હોતો નથી. માટે કોઈપણ વ્યક્તિ વિશે પૂર્વગ્રહ રાખ્યા વિના તેના વિશે એકવાર જરૂર સાચી માહિતી મેળવી લેવી જોઈએ.

૧૮. નિષ્ફળતાથી સફળતા

એક સમયની વાત છે. પાર્થ નામનો એક છોકરો રહેતો હતો. તે ભણવામાં ખૂબ હોશિયાર હતો. તેના મનમાં હતું કે અત્યારના સમયમાં સરકારી નોકરી મળે એમ નથી. તો હું પોતાનો વ્યવસાય- ધંધો શરૂ કરું. શરૂઆતમાં તેને આઠ-દસ મહિના સુધી પોતાના ધંધામાં ખૂબ જ સફળતા પ્રાપ્ત કરી પરંતુ અચાનક તેને પોતાના ધંધામાં ખૂબ મોટું નુકસાન ભોગવવું પડ્યું અને તે માનસિક રીતે નિરાશા અનુભવવા લાગ્યો. તેને જે પોતાના જીવનમાં સપનું જોયું હતું. તે સફળ ન થયું. તેને તેના માતા-પિતાએ ખૂબ સમજાવ્યો. તેને તેના મિત્રોએ પણ સમજાવવા ખૂબ જ પ્રયત્નો કર્યા, પણ કંઈ મેળ ના પડ્યો.

થોડા સમય પછી પાર્થને તેના પ્રાથમિક શાળાના ગુરુજી તેને પોતાની વાડીએ ચા- નાસ્તો કરવા માટે બોલાવ્યો. ગુરુજીએ કહ્યું કે, “શું થયું છે પાર્થ? ઘરના અને તારા મિત્રો તારી ચિંતા કરે છે. તું તેમની વાત માનતો નથી. એવું મને જાણવા મળ્યું છે.” પાર્થે કહ્યું કે, “ગુરુજી હું મારું સપનું પૂરું કરવા માટે ખૂબ જ મહેનત કરતો હતો. હું તન, મન અને ધનથી મારા ધંધામાં રચ્યો પચ્યો રહેતો હતો પણ મને તેમાં સફળતા મળી નહીં.” ગુરુજીએ પાર્થને કહ્યું કે, “પાર્થ ચિંતા કરવી નહીં. દરેકના જીવનમાં સુખ અને દુ:ખ આવે છે. કોઈને પણ તરત જ સફળતા મળતી નથી.” તું એક કામ કર, મારા ઘર પાછળ જે ખેતર છે ત્યાં ચાલ. પાર્થ અને ગુરુજી ખેતરમાં જાય છે. તેને સૌ પ્રથમ દાડમનો છોડ જોવા મળે છે. જે ખૂબ જ મૂરઝાયેલી અવસ્થામાં જોવા મળે છે. તેના પર કોઈ જ પાંદડા કે ફૂલ જોવા મળતા નથી. ત્યારે પાર્થએ કહ્યું કે, “ગુરુજી તમે મને દાડમના છોડ જોવા માટે તમારા ઘરે બોલાવ્યો છે. તેની દશા પણ મારા જેવી જ છે.”

ગુરુજીએ પાર્થને કહ્યું કે, "બેટા આવી ખોટી માનસિકતાવાળી વાતો ન કર. જેના કારણે તારા મન પણ ખરાબ અસર થાય. હું તને જણાવવા માગું છું કે," આ દાડમના છોડને જેની પણ જરૂર હતી. જેવી કે ખાતર, પાણી અને દવા તમામ આપવામાં આવ્યું. તો પણ તે કરમાઈ ગયો. ત્યારે પાર્થે કહ્યું કે, "ગુરુજી તમે જ કહો છો કે મહેનત આપણે કરીએ પણ પરિણામ આપણા હાથમાં નથી. તો પછી તમે આ વાત મને કેમ કહો છો? મે મારું સપનું પૂર્ણ કરવા માટે તમામ મહેનત કરી હતી પણ મને સફળતા મળી નહિ. ગુરુજીને મનમાં થયું કે," પાર્થ પર નિષ્ફળતાની વધુ અસર થઈ છે. તે હંમેશા નકારાત્મક જ વિચાર કરે છે.

ગુરુજી પાર્થને પોતાના રૂમમાં લઈ ગયા અને તેને ચા બનાવીને પીવડાવી. પાર્થ ગુરુજી જોડે પોતાના ઘરે જવા માટે રજા માંગે છે. અને આભાર માને છે કે, "ગુરુજી તમે મને તમારો ખૂબ જ કિંમતી સમય આપ્યો તે માટે." ત્યારે ગુરુજીએ કહ્યુ કે, "બેટા તું જતાં જતાં મારા સાથે ઘરના પાછળ જે ગોડાઉન છે, ત્યાં ચાલ. હું તને કંઈક વસ્તુ બતાવવા માંગુ છું. તેમ કરીને ગુરુજી અને પાર્થ બંને ગોડાઉન તરફ જાય છે. ગુરુજી જેવા ગોડાઉન દરવાજો ખોલે છે. તો સામે તાજા ને મજેદાર દાડમના ફળનો ઢગલો જોવા મળે છે. ત્યારે પાર્થે ગુરુજીને કહ્યું કે, "ગુરુજી તમે મને જે દાડમનો છોડ બતાવ્યો હતો. એ તો મૂરજાઈ ગયો હતો. તે છોડ કોઈ પણ કામ ન હતો." પરંતુ ગુરુજીએ કહ્યું કે, "તે માત્ર પ્રથમ છોડને જોયો હતો અને પાછા વળ્યા હતાં. તેના પછી આખા ખેતરમાં જે દાડમના છોડ હતાં. તે જોયા ન હતાં." અને અત્યારે તે જે પણ દાડમ જોઈ રહ્યો છે. તે ખેતરના બીજા છોડનું પરિણામ છે."

આમ, આપણે પણ આપણા જીવનમાં જ્યારે પણ નિષ્ફળતા મળે છે. ત્યારે નિરાશ થઈને બેસી જઈએ છીએ અને બીજો કોઈ પણ પ્રયત્ન કરતા નથી પણ જ્યારે જ્યારે નિષ્ફળતા મળે ત્યારે બીજા અનેક રસ્તાઓ ખૂલી જાય છે. પરંતુ આપણે નિરાશામાં આશાનું કિરણ જોવા માટે પ્રયત્ન કરતા નથી. પરંતુ જો હિંમત રાખીને પ્રયત્ન કરવામાં આવે તો આપણા જીવનમાં ચોક્કસ સફળતા મળતી હોય છે અને પરિણામ પણ આનંદદાયક આવે છે.

૧૯. સમયની ઓળખ

એક વખતની વાત છે. રાજા પોતાના રાજ્યની મુલાકાત લેવા માટે રાજ્યમાં ફરવા જવાના હતા. ત્યારે તેમને વિચાર્યું કે આજે મને જે પણ હસતો માણસ પહેલા મળે, તેને મારે પોતાનો અમૂલ્ય એવો સાગ અને ચંદનનો બગીચો ભેટ આપવો છે.

રાજા જેવા રાજ્યમાં નીકળ્યા કે તેમને હસતા મુખે એક માણસ મળ્યો અને ખુશ થઈને સાગ અને ચંદનનો વૈભવી બગીચો એ માણસને ભેટમાં આપી દીધો. પરંતુ સંજોગોવશાત તે માણસને આ બગીચાના કિંમતી વૃક્ષો વિશે એકદમ અજાણ હતો. તેને જાણ ન હતી કે આ વૃક્ષની કિંમત કેટલી છે? પરંતુ રાજાએ આપેલ બગીચો જોઈને પેલો માણસ ખુશ થઈ ગયો હતો. તેની ખુશીનો પાર ન હતો. હવે તે ધીરે-ધીરે સાગ અને ચંદનના વૃક્ષો કાપીને તેના ઇંધણ માટે તેના ટુકડા કરતો હતો. તેમજ તેમાંથી કોલસા બનાવીને પણ તેનું વેચાણ કરતો હતો. આમ દરરોજ વૃક્ષો કાપીને પોતાનો ધંધો કરતો હતો. ધીમે ધીમે સમય પસાર થવા લાગ્યો અને તે બગીચાના વૃક્ષો પણ હવે ઓછા થવા લાગ્યા. અંતે વૃક્ષોથી બગીચો એકદમ ખાલીખમ થઈ ગયો.

એકવાર રાજા બહુ સમય પછી પોતાના રાજ્યના લોકોને મળવા માટે નીકળ્યા. તે ગામમાં ફરતા હતાં. ત્યારે અચાનક તેમને પેલા માણસની યાદ આવી ગઈ કે જેને બગીચો ભેટ આપ્યો હતો. વિચાર્યું કે તે માણસ હવે તો પૈસાદાર બની ગયો હશે. તેના ઘરે ખૂબખૂબ જ જાહોજલાલી હશે. તેના ઘરના માણસો ખૂબખૂબ જ ખુશીથી આનંદમાં રહેતા હશે. તેના ઘરે કોઈ દુઃખી નહીં હોય એટલે રાજાએ સૈનિકોને આદેશ કર્યો કે "મારે પેલા માણસને ઘરે જવું છે એ બાજુ રથ લઈ લો."

રાજા તો પેલા માણસના ઘરની પાસે જાય છે. તો આશ્ચર્યચકિત થઈ જાય છે. એના ઘરમાં કોઈ ફેરફાર થયો ન હતો. રાજાને થયું કે ઘરમાં જતો આવું. તેવું માનીને ઘરમાં ગયા. તો ઘરની પરિસ્થિતિ પહેલા જેવી જ હતી. તેમાં કંઈપણ ફરક પડ્યો ન હતો. રાજાને નવાઈ લાગી કે આ માણસને આટલો વૈભવી અને કિંમતી વૃક્ષોનો બગીચો ભેટમાં આપ્યો. તેમ છતાં તેની પરિસ્થિતિમાં કેમ ફરક ન પડ્યો? અને પાછો બગીચાના બધા જ વૃક્ષો કપાઈ ગયા હતાં. રાજાએ તે માણસને બોલાવીને માહિતી લેવાની સૂચના આપી. તો રાજાને તેના સાથી મંત્રીઓએ બધી જ ઘટના રાજાને કહી. આ ઘટના સાંભળીને રાજાએ પેલા માણસ પર ગુસ્સો આવ્યો સાથે સાથે તેની સમજણ પર હસી પણ આવવા લાગી.

રાજાએ પેલા માણસને બોલાવીને પૂછ્યું કે "શું હવે તારી પાસે આ વૃક્ષોના લાકડાનો સામાન્ય ટુકડો પણ બચ્યો છે?" પેલા માણસે ના પાડી પણ અચાનક યાદ આવ્યું અને કહે કે હા મેં તેને કાપીને મારા ઘરના ખાટલાના પાયામાં સીપ તરીકે અને કુહાડીના હાથામાં આ વૃક્ષનું લાકડું નાખ્યું છે.

આ સાંભળીને રાજાએ તેને તે લાકડું લઇને વૃક્ષના જાણકાર વેપારી પાસે મોકલો. જ્યારે વેપારીએ તે કુહાડીના હાથામાં લાકડાને જોઈને કહ્યું કે "આ તો ચંદનનું લાકડું છે. તને ક્યાંથી મળ્યું?" વેપારી તે લાકડાનો ટુકડો લઈને તેને ખૂબ જ રૂપિયા આપ્યા અને કહ્યું કે "આવું લાકડું હોય તો મને મોકલજે. હું તને મોં માગી કિંમત આપીશ." ત્યારે તે માણસને અનહદ દુઃખ થયું. કારણ કે તે કિંમતી વૃક્ષ વિશે જાણી ન શક્યો. તેથી તેને પોતાના પર ખૂબ જ પસ્તાવો થવા લાગ્યો.

તે રાજા પાસે ગયો. તેમને કરગરવા લાગ્યો કે મને આ બગીચો ફરીથી આપો. હું તેને ખૂબ જ પ્રેમથી સાચવીશ. તેનું જતન કરીશ. તેનું પાલન-પોષણ કરીશ. એની કાળજી રાખીશ. રાજાએ કહ્યું આવો બગીચો જીવનમાં એક જ વાર ભેટમાં મળે. વારંવાર આવી તકો મળતી નથી.

આમ, આપણે પણ આપણા જીવનમાં આવેલ ખૂબ કિંમતી સમય ઓળખ્યા વગર જ પસાર કરી દઈએ છીએ અને ત્યારબાદ સમય પસાર થઈ ગયા બાદ તેના પર દુઃખી થઈએ છીએ. તો જે સમયને સાચવે તેને સમય સાચવી લેશે. આપણને કુદરત તરફથી મળેલ અમૂલ્ય ભેટ હોય તો તે સમય છે.

૨૦. આળસ જીવનનો શત્રુ

પ્રાચીન સમયની વાત છે. ગામડાથી દૂર એક જંગલ આવેલું હતું. તેમાં એક આશ્રમ આવેલો હતો. તેમાં ગુરુ અને શિષ્યો રહેતા હતાં. ત્યાં કેટલાક શિષ્યો ખૂબ જ હોશિયાર અને ચાલાક હતાં પણ તેમાં એક શિષ્ય ખૂબ જ કામચોર હતો. તે ખૂબ આળસુ પણ હતો. તે કોઈપણ કામ કે અભ્યાસ હોય તો સમયસર કરતો ન હતો.

ગુરુજીએ તેને પોતાના જીવનમાં સમય કેટલો કિંમતી છે. તેની સમજ આપવા માટે તેને એક કામ આપવાનો વિચાર કર્યો. જેના વડે તેના જીવનમાં પરિવર્તન આવી શકે. ગુરુજીએ તેને પોતાની પાસે બોલાવીને કહ્યું કે "જો હું આજે બહાર ગામ કામથી જાઉં છું. તને એક કામ આપીને જાઉં છું." તેમ કહીને તેને એક વસ્તુ આપી અને કહ્યું કે આ વસ્તુ વડે "તું જેને પણ સ્પર્શ કરીશ તે તારી ઈચ્છા પ્રમાણે બની જશે. તારી મનોકામના પૂર્ણ થશે." હું બહારગામથી કાલે સાંજે પાછો આવી જઈશ એટલે મને પાછી તે વસ્તુ આપી દેવાની છે.

તે ખૂબ જ ખુશ થઈ ગયો. તે ગુરુજીએ આપેલ વસ્તુથી જ તેના સપના જોવા લાગ્યો. તેને વિચાર આવ્યો કે હું આના વડે સૌથી પહેલાં સોનાની વસ્તુ બનાવીશ અને મારા ઘરના તમામ લોકોને અમીર બનાવી દઈશ.

તેને વિચાર કર્યો કે મારા જોડે હજુ સમય છે. તો આ કામ હું કાલે કરીશ એમ કરીને તે સૂઈ ગયો. બીજા દિવસે મોડો જાગ્યો અને વિચાર્યું કે સોનું બનાવવા માટે મારે લોખંડ જોઈએ. તો પહેલાં મારે બજારમાંથી લોખંડ લાવવું પડશે. તેમ વિચાર કર્યો અને પછી તેને થયું કે થોડું જમીને પછી શાંતિથી લેવા જઈશ પણ જમ્યા પછી તેને ઊંઘ આવવા લાગી. તેને થયું કે હજુ મારા જોડે સમય છે થોડુંક ઊંઊંઘી લઉં.

પહેલાની ટેવ પ્રમાણે તે જેવો આરામ કરવા આડો પડ્યો કે તે ઊંઘી ગયો. જ્યારે તેની ઊંઘ ઊડીને જોવે છે તો સાંજ પડી ગઈ. જાગ્યા પછી તેને થયું કે હવે મારા ગુરૂજી આવતા જ હશે. તેને ચિંતા થવા લાગી. તે ખૂબ ફટાફટ આશ્રમમાંથી ગામના બજાર તરફ ચાલવા માંડે છે. દોડે પણ છે પણ હવે તેના જોડે સમય ખૂબ જ ઓછો હતો. તે ગામના બજારમાં લોખંડ લેવા જાય છે. ઘણું બધું લોખંડ લે છે અને ફટાફટ આશ્રમમાં જવા માટે નીકળે છે. ત્યાં જ સામે તેને ગુરુજી મળે છે. ગુરુજીને જોતાં જ તેને પોતાના પર ખૂબ પસ્તાવો થાય છે. ગુસ્સો પણ આવે છે. તે હવે કંઈ કરી શકતો નથી. તેને પોતાની ભૂલ પર ખૂબ દુઃખ થાય છે પણ હવે તે કંઈ કરી શકે તેમ પણ નથી.

આમ, આપણે પણ આપણા જીવનમાં કઈક કામ કરવા માંગતા હોઈએ તો કાલ પર કોઈ પણ કામ છોડવું જોઈએ નહીં. સમય તેનું કામ કરે જ છે. આપણે તેના સાથે ચાલવું પડશે તો જ જીવનમાં આગળ જઈ શકીશું. "કલ કરે સો આજ કર." આટલું યાદ કરીને જો ચાલવામાં આવે તો પોતાના જીવનમાં સફળતા ચોક્કસ મળે છે.

૨૧. હું તમારી સાથે છું.

એક ગામની વાત છે. તે ગામમાં એક સરકારી શાળામાં પાર્થ કરીને એક છોકરો અભ્યાસ કરતો હતો. તે ભણવામાં ખૂબ હોશિયાર હતો. સાથે સાથે આજ્ઞાકારી પણ હતો. તે ઘરે આવીને તેની મમ્મીને કહે છે કે, મમ્મી મને આજે મારા સાહેબે એક ગૃહકાર્ય આપ્યું છે. આવતીકાલે રવિવાર છે. તેમાં મારે બહારના અજાણ્યા અગિયાર માણસોને મળવાનું છે. જેમને કોઈ તકલીફ હોય તેવા અને મળ્યા પછી તેમને તેમના ગળે લાગવાનું અને કહેવાનું કે, "હિંમત રાખો, જીવનમાં વિશ્વાસ રાખો, બધું જ સારું થઈ જશે અને હું તમારી સાથે જ છું." આ સાંભળીને તેની મમ્મી હસી પડી અને કહ્યું કે આપણે ક્યાં અજાણ્યા માણસોને મળીશું? પણ બાળકના કાર્ય માટે મમ્મી તૈયાર થઈ ગઈ. તેની માતાએ કહ્યું કે સારું કાલે આપણે બહાર જઈને તારું ગૃહકાર્ય પણ પૂરું કરી લઈશું.

રવિવારના દિવસે પાર્થ વહેલો જાગી ગયો અને બહાર જવા માટે તૈયાર થઈ ગયો. પણ સમય સંજોગોવશાત્ આજે બહાર વરસાદ વધુ પડતો હતો. તેની માતા જોડે એક્ટિવા જ હતી. જેથી બહાર જઈ શકાય તેમ ન હતું અને વરસાદના કારણે પણ વધુ માણસો હશે નહીં. પરંતુ પાર્થનો ઉદાસ ચહેરો જોઈને તેની મમ્મી તૈયાર થઈ ગઈ. આ જોઈને પાર્થ ખૂબ જ ખુશ થઈ ગયો અને તેની મમ્મીની એક્ટિવા પાછળ બેસીને બહાર ગયો. પછી બહુ સમય થયો ત્યારે તેને માંડ દસ માણસો મળ્યા અને તેને ગળે લાગ્યો અને કહ્યું કે, "હિંમત રાખો, જીવનમાં વિશ્વાસ રાખો, બધું સારું થઈ જશે અને હું તમારી સાથે જ છું." પછી માતાએ કહ્યું કે હવે કોઈ આવે એમ લાગતું નથી અને વરસાદ પણ વધુ છે. તો આપણે હવે જવું જોઈએ. તે નિરાશ થઈ ગયો. કારણ કે તેને હજુ પણ એક માણસને મળવાનું હતું. વરસાદ વધુ હોવાથી તે તેની માતાની એક્ટિવા પાછળ બેસી ગયો અને ત્યાંથી

ઘર તરફ જતા હતા. આજુબાજુમાં સુમસામ જગ્યા હતી. તેવામાં તેને દૂર એક ઘર જોવા મળ્યું.

પાર્થે તેની મમ્મીને વિનંતી કરી કે મમ્મી આ ઘરે મને કોઈ માણસ ચોક્કસ મળી જશે. હું તરત જ તેને મળીને આવું છું. એટલા વરસાદમાં પણ તેની માતાએ રસ્તા પર પોતાની એક્ટિવા એકબાજુ ઊભી કરી. પાર્થ દોડીને ઘરના દરવાજે જાય છે. તે આનંદમાં દરવાજો ખખડાવે છે પણ કોઈ અવાજ આવતો નથી કે કોઈ દરવાજો ખોલતું નથી. તણે ફરીવાર દરવાજાને ખખડાવે છે પણ કોઈ અવાજ આવતો નથી. તે નિરાશ થઈ જાય છે. છેલ્લી વાર તે જેવો જ દરવાજો ખખડાવવા જાય છે. ત્યાં જ એક આધેડ અને ઉદાસ સ્ત્રી દરવાજો ખોલે છે અને પૂછ્યું કે, શું જોઈએ છે બેટા?

પાર્થે કહ્યું કે મને મારી શાળાના સાહેબે ગૃહકાર્યમાં અજાણ્યા અગિયાર લોકોને મળવાનું અને તેમને ગળે લગાવવાનું કહ્યું છે. તેમણે કહ્યું છે કે “હિંમત રાખો, જીવનમાં વિશ્વાસ રાખો, બધું સારું થઈ જશે, હું તમારી સાથે જ છું.” આમ કહીને પાર્થ તે મહિલાને ગળે લાગ્યો. પાર્થના ગળે મળવાથી તે મહિલા ખૂબ જોરથી રડવા લાગી. આ દ્રશ્ય પાર્થની મમ્મી બહારથી જોઈ રહી હતી. તે પોતાની એક્ટિવા એકબાજુ કરીને તે મહિલાને મળવા માટે આવે છે. ત્યારે તે મહિલાએ દીકરા અને માતા બંનેને પોતાના ઘરમાં બોલાવે છે અને તેમને ચા પીવા માટે બેસાડે છે. પછી પોતાની વાત તેમને કહે છે. થોડા સમય પહેલાં જ મારા પતિનું અકસ્માતમાં મોત થયું છે. હું બિલકુલ એકલી થઈ ગઈ છું. મારી કોઈ ખબર અંતર પૂછવા માટે પણ આવતું નથી. તેથી મારા જીવનમાં એકલતાપણું સવાર થઈ ગયું છે અને મારા મગજમાં ખરાબ વિચારો આવવા લાગ્યા. હું મારા જીવનનો અંત લાવવા માગતી હતી. તેથી હું રસ્સી લઈને જીવન ટૂંકાવવા માટે જતી હતી. તેવામાં જ તમારા દીકરાએ દરવાજો ખખડાવ્યો. તેને પહેલીવાર દરવાજો ખખડાવ્યો તો એમ થયું કે દરવાજો નથી ખોલવો પણ તેને બીજીવાર ખખડાવ્યો તો હું મારી જાતને રોકી શકી નહિ અને મેં દરવાજો ખોલ્યો. તો સામે તમારો દીકરો હસતા ચહેરે મારા સામે વાત કરવા લાગ્યો. તેને કહ્યું કે, “હિંમત રાખો, જીવનમાં વિશ્વાસ રાખો, બધું જ સારું થઈ જશે, હું તમારી સાથે જ છું.” અને મને તે ગળે મળ્યો. મને એક અલગ જ આનંદ અને ખુશીની લાગણી થઈ.

મને જીવન જીવવાનો નવો રસ્તો મળી ગયો અને હું હવે મારું જીવન જીવવા માંગું છું.

આમ, આપણે કંઈ નહિ તો હકારાત્મક વિચારો વડે બીજાને કંઈક સારું આપી શકીએ એમ છીએ. કઈ નહિ તો બીજાને સાંભળી શકીએ એમ તો છીએ. આપણામાં તાકાત છે કે આપણે બીજાનું જીવન બચાવી શકીએ એમ છીએ. એક માણસથી કંઈ દુનિયા તો નથી બદલાઈ જવાની પણ જે કામ આપણે કરી શકીએ એમ છીએ. તેનાથી સામેવાળા માણસની દુનિયા તો જરૂર બદલાઈ જશે. બસ આપણે કંઈક સારું કરવાની શરૂઆત કરીએ.

૨૨. કરશો તેવું પામશો

પ્રાચીન સમયની વાત છે. ઋષિમુનિઓ જોડે શિક્ષણ લેવા માટે બાળકો તેમના આશ્રમમાં રહેતા હતાં. આ ઋષિમુનિઓ જોડે રાજાના બાળકોથી લઈને સામાન્ય માણસોના બાળકો પણ ભણવા માટે આવતા હતાં. તેમને આશ્રમમાં સારું શિક્ષણ આપવામાં આવતું હતું. આજે આશ્રમમાં બાળકોનો છેલ્લો દિવસ હતો. તેથી બધા જ બાળકો બહુ ખુશ હતાં. કારણ કે તેમને તેમના માતા-પિતા જોડે મળવા જવાનું હતું.

ઋષિમુનિએ જતા પહેલા બધા જ બાળકોને પોતાની જોડે બોલાવ્યા અને તેમને એક વાત કરી અને કહ્યું કે, “આજે હું તમારા વચ્ચે એક દોડનું આયોજન કરવા જઈ રહ્યો છું. શું તમે તેમાં ભાગ લેવા તૈયાર છો?” બધા જ બાળકો ખુશ થઈ ગયા.

ઋષિમુનીએ કહ્યું કે, “આ દોડનું નામ “વિઘ્નદોડ” છે. જેમાં તમારે અલગ અલગ પ્રકારના વિઘ્નો આવશે. જેમાં ક્યારેક કૂદવું પડશે, ક્યારેક પાણીમાંથી પસાર થવું પણ પડશે, તો ક્યારેક પથ્થરો પણ આવશે, તો ક્યારેક કાદવ-કીચડ પણ આવશે અને છેલ્લે અંધકારમય સુરંગમાંથી પસાર થવું પડશે.”

બધા જ બાળકો વિઘ્નદોડ દોડવા માટે તૈયાર હતાં. દોડની શરૂઆત થઈ ગઈ હતી. બધા જ બાળકો એક પછી એક વિઘ્નો પસાર કરતાં કરતાં આગળ વધી રહ્યા હતા.તેઓ છેલ્લે આવેલ સુરંગ સુધી પહોંચી ગયા. હવે જેવા જ બાળકો સુરંગ જોડે ગયા. બધા બાળકોનો વ્યવહાર ધીરે ધીરે બદલાવવા લાગ્યો. દરેક પોતાની જાતને એકબીજાથી આગળ જવા માટે એકબીજાને ધક્કમુક્કી કરવા લાગ્યા. સુરંગમાં અંધકારમય વાતાવરણ હતું. તેમાં કાદવ અને પાણી પણ હતું.

ક્યાંક તો અણીદાર પથ્થરો પણ પડ્યા હતાં. જેનાથી પગમાં લોહી પણ આવી શકે તેમ હતું.

હવે ધીરે-ધીરે તમામ બાળકોએ વિઘ્નદોડ પૂરી કરીને પોતાના આશ્રમમાં પહોંચી ગયા. એમાં કેટલાક બાળકો ખૂબ જ ઝડપથી આવી ગયા. તો કેટલાક બાળકોને આવવામાં વધુ સમય લાગ્યો. આવું કેમ થયું? તે જાણવા માટે ઋષિમુનિએ એક બાળકને બોલાવીને પૂછ્યું. ત્યારે તે બાળકે જવાબ આપ્યો કે ગુરુજી અહીંથી જેવી જ દોડ શરુ થઈ. ત્યારે બધાં જ બાળકો સાથે દોડતા હતાં પણ જેવા જ બાળકો સુરંગ જોડે ગયા. તો બધા જ બાળકો આગળ નીકળવા માટે એકબીજાને ધક્કામુક્કી કરીને આગળ નીકળવા માટે પ્રયત્ન કરતા હતાં. તો કોઈક એકબીજાને મદદરૂપ બનીને આગળ જતા હતાં. તો કોઈ સુરંગમાં અણીદાર પથ્થર બીજાને વાગી ન જાય. તે માટે પોતાના ખિસ્સામાં તે પથ્થર ભરતા હતાં. આ સાંભળીને ગુરુજી બહુ ખુશ થઈ ગયા. તેમણે કહ્યું કે, "આ તો સારું કહેવાય." તો જે પણ બાળકોએ સુરંગમાંથી પથ્થર પોતાના ખિસ્સામાં મૂક્યો છે. તે બાળકો મારી સામે આવીને લાઈનમાં ઊભા રહે અને મને તેમના પથ્થર બતાવે." બાળકો સામે આવીને લાઈનમાં ઊભા રહી ગયા. જેવા જ બાળકો પોતાના ખિસ્સામાંથી પથ્થર બહાર કાઢ્યા કે તે ચકિત થઈ ગયા. કારણ કે "સુરંગમાંથી જે પથ્થર મળ્યા હતાં. તે પથ્થર ન હતાં પરંતુ ચમકતા અમૂલ્ય હીરા હતાં."

બધા ગુરુજી સામે જોઈ રહ્યા હતાં. ત્યારે ગુરુજીએ કહ્યું મેં જ આ રસ્તામાં કે સુરંગમાં હીરા નાખ્યા હતાં કારણ કે, "જે બીજાને મદદની ભાવનાથી જુએ છે અને મદદ કરે છે. તેમને ચોક્કસ સફળતા મળે છે." તેમને આશ્રમ તરફથી અમૂલ્ય હીરા રૂપી ભેટ આપવામાં આવશે.

આમ, આપણે પણ આપણા જીવનમાં આ ભાગદોડ ભરી જિંદગીમાં આપણે પણ બીજાને મદદરૂપ બનીએ તો અવશ્ય સારું થતું હોય છે. બીજાને મદદની ભાવના હોય તો આપણાં જીવનમાં સારું જ થાય છે.

૨૩. સંગઠન એ જ જીવન

એક સમયની વાત છે. કોઈ એક ગામમાં શિવરામ કરીને એક માણસ રહેતો હતો. તે પોતાના જીવનમાં ખૂબ જ આનંદથી રહેતો હતો. તે તેના સમાજમાં ખૂબ સન્માનપૂર્વક રહેતો હતો. તેને કોઈ એકવાર વિચાર આવ્યો કે મારે સમાજની કોઈ જરૂર નથી અને તે પોતાના સમાજથી અને સંગઠનથી બહુ દૂર એક વેરાન જગ્યાએ જંગલમાં જતો રહ્યો અને તે એકલવાયું જીવન જીવવા લાગ્યો.

આ વાતની ખબર સમાજના અગ્રણીને થઈ. તેમને ચિંતા થઈ કે આપણા સમાજનો માણસ આપણા જોડે ના રહે અને એકલો વેરાન જગ્યાએ જંગલમાં રહે તે ના ચાલે. ત્યારે સમાજના અગ્રણીને તે જ્યાં એકલો રહેતો હતો. ત્યાં તેના ઘરે ગયા. ત્યારે તે શિયાળાની આવી કડકડતી ઠંડીમાં એકલો-એકલો બેઠેલો અને ઠંડી દૂર કરવા માટે તાપણું કરી રહ્યો હતો અને તે ઠંડીને દૂર કરવા માટે આગની સામે બેસીને તાપી રહ્યો હતો. તેના જોડે સમાજના અગ્રણી જાય છે. ત્યારે પેલો માણસ મનોમન બહુ જ ખુશ થાય કે જો મારા સમાજના અગ્રણીને મારી જરૂર પડી એટલે તે સામેથી મારા જોડે આવ્યા. તે તેમની સામે કઈ પણ બોલતો નથી. તેને પોતાના પર ગર્વ થવા લાગ્યું કે સમાજમાં મારું કેટલું બધું મહત્વ છે. તે પોતાની જાતે એકલો એકલો ખુશ થતો હતો.

ત્યારે સામે સમાજના અગ્રણી પણ હોશિયાર હતા. તેણે જે તાપણું કર્યું હતું. તેમાંથી જ એક સળગતું લાકડું કાઢીને તે તાપણું હતું તેનાથી દૂર મૂકી આવ્યા. પેલો માણસ આ બધું જ જોઈ રહ્યો હતો. તેનું બારીકાઈથી નિરીક્ષણ કરી રહ્યો હતો અને પોતાની જાતે મનમાં ને મનમાં ખૂબ ખુશ થતો હતો. પેલા માણસ અને સમાજના અગ્રણી વચ્ચે કોઈ વાતચીત થતી ન હતી.

થોડો સમય પસાર થયો અને સમાજના અગ્રણી વડે જે લાકડી દૂર કરવામાં આવી હતી. તે લાકડાની આગ બુઝાવવા લાગી અને તે ધીરેધીરે કાળી પડવા લાગી. તેનામાં જે આગ હતી તે શાંત થવા લાગી. તેનું સ્વરૂપ બદલાવવા લાગ્યું. તે આગમાંથી હવે કોલસો બનવા લાગ્યો.

હવે ધીરે રહીને સમાજના અગ્રણી ઊભા થયા અને જે તાપણાંથી દૂર લાકડી મૂકી હતી. તેને લઈને સળગતા તાપણાંમાં મૂકી આવ્યા અને ત્યારબાદ પાછી પેલી જે લાકડી કોલસો થવાની તૈયારીમાં હતો. તે કોલસો પાછો પોતાની આગ પકડી પાડી અને પોતાનો પ્રકાશ ફેલાવવા લાગી ગયો.

હવે સમાજના અગ્રણી કંઈ પણ બોલ્યા વગર પેલા ભાઈને જોઈ રહ્યા. ત્યારે પેલા ભાઇએ પોતાની ભૂલ સમજાઈ અને તેને સમાજના અગ્રણીની માફી માગી. તેને પોતાની ભૂલનો પસ્તાવો થવા લાગ્યો. સમાજ વગર એકલા માણસનું કોઈ અસ્તિત્વ નથી.

કોઈપણ સમયે કોઈ કામ હોય કે આગળ જવું હોય ત્યારે સંગઠનનો સાથ સહકાર મળે તો ચોક્કસ સફળ થઈએ છીએ.

આમ, આપણે પણ આપણા સમાજની એકતા બનાવી અને સંગઠન બનીને જો કોઈપણ કામ કરવામાં આવે તો કોઈ પણ કાર્ય અઘરું નથી. તમારી જીત ચોક્કસ થતી હોય છે. બસ પોતાના જીવનમાં સંગઠન અને સમાજનો સાથ હોવો જોઈએ.

૨૪. બે શબ્દો પ્રેમના

ગામડાના શાળાની વાત છે. ધોરણ આઠમાં અભ્યાસ કરતો શિવ અને તે ધોરણના વર્ગશિક્ષક તરીકે રાધાબેનની વાત છે. તે જ્યારે પણ પોતાના વર્ગમાં જાય ત્યારે બધા જ બાળકોને ખૂબ જ પ્રેમથી “આઈ લવ યુ” કહેતા હતાં. તેમને પણ ખબર હતી કે તે વર્ગ સામે સાચું નથી બોલતા કારણ કે તેના વર્ગમાં એક એવું બાળક છે. જેને પોતે ખૂબ જ નફરત કરતા હતાં. જેનું નામ હતું શિવ. તેનો પહેરવેશ ખૂબ જ ખરાબ હતો. તેના વાળ બહુ જ લઘરવઘર હતાં. તે વર્ગમાં ગુમસૂમ જ રહેતો હતો. તે કોઈની સામે બોલતો પણ ન હતો કે વાત પણ કરતો ન હતો. તે માત્ર શારીરિક રીતે જ વર્ગમાં હાજર રહેતો હતો. જ્યારે પણ તેને બેન બોલાવતા હતાં. ત્યારે તે અચાનક બોલતો હતો. તેનું ધ્યાન ભણવામાં ન હતું. તે હંમેશાં બીજા વિચારોમાં જ ખોવાયેલો રહેતો હતો.

હવે વર્ગમાં બધા જ શિવને ખરાબ કે ઠોઠ વિદ્યાર્થી તરીકે જોવા લાગ્યા હતાં. તે બધા માટે હસીનું પાત્ર બની ગયો હતો. પરંતુ શિવ કોઈને કંઈ પણ કહેતો ન હતો. હવે સમય આવ્યો કે શાળામાં તમામ બાળકોના પ્રોગ્રેસ કાર્ડ બનાવવાના હતાં. શિક્ષકે જ્યારે શિવનો પ્રોગ્રેસકાર્ડ બનાવવાનો હતો. ત્યારે તેના બેને માત્ર તેના વિશે નકારાત્મક જ વાક્યો લખ્યા હતાં. તેના વિશે એક પણ સારું વાક્ય લખવામાં આવ્યું ન હતું.

પ્રોગ્રેસકાર્ડ માતા-પિતા જોડે જાય. તેના પહેલાં શાળાના આચાર્ય જોડે સહી કરવા માટે મોકલવામાં આવતો. જ્યારે શિવનો પ્રોગ્રેસકાર્ડ જોયું તો આચાર્ય સાહેબે રાધાબેનને પોતાની ઓફિસમાં બોલાવીને કહ્યું કે, “રાધાબેન આમાં તો શિવના વિશે કંઈ પણ સારું લખ્યું નથી.આ કાર્ડના કારણે તેના માતા-પિતાને વધુ દુઃખ લાગશે.” ત્યારે રાધાબેને દુઃખથી અને ધૃણાભર્યા સ્વરે કહ્યું કે, “તેનામાં સારું

લખવા માટે કંઈ છે જ નહિ. તે બહુ જ ખરાબ અને આળસુ બાળક છે." તેના વિશે હું સારું કઈ રીતે લખી શકું? અને પછી તે બેન ઓફિસમાંથી નીકળી ગયા.

બીજા દિવસે આચાર્ય સાહેબે વહેલા આવીને શિવના અગાઉના ધોરણના પ્રોગ્રેસકાર્ડ મંગાવ્યા અને તેની તપાસ કરી તો જાણવા મળ્યું કે શિવ પાંચમા ધોરણમાં ભણવામાં ખૂબ જ હોશિયાર અને દરેક પ્રવૃત્તિમાં ભાગ લેતો હતો. ત્યારબાદ છઠ્ઠા ધોરણનો પ્રોગ્રેસકાર્ડ જોયું તો તેમાં જાણવા મળ્યું કે તેની માતા બીમાર હતી. તેથી તે ભણવામાં વધુ ધ્યાન આપી ન શક્યો. ત્યારબાદ સાતમા ધોરણનો પ્રોગ્રેસકાર્ડ જોયું તો તેમાં તેની માતાનું કેન્સરના કારણે મૃત્યુ થયું હતું. તે ઘટના તેના જીવનમાં ખૂબ જ પરિવર્તન લાવી દીધું. તેમાં લખ્યું હતું કે તેને પ્રેમની ખૂબ જ જરૂર હતી. તે સતત દુઃખી રહેતો હતો.

આ કાર્ડ શિવના વર્ગશિક્ષિકા બેનને બતાવવામાં આવ્યું. તે કાર્ડને જોઈને તેમને ખૂબ જ દુઃખ થયું. તેમનું હૃદય દ્રવી ઉઠ્યું. તેમને પોતાના પર અપરાધ-ભાવ થવા લાગ્યો અને તે ફરી પોતાના વર્ગમાં ગયા અને આજે બધાને "આઈ લવ યુ ઓલ" કહ્યું પરંતુ આજે પણ તે જ સાચું બોલતા ન હતાં કારણ કે આજે તે વર્ગના બધા જ બાળકો કરતાં શિવને વધુ પ્રેમ કરવા લાગ્યા હતાં. તેને કલાસમાં શિવને ઊભો કર્યો અને પ્રશ્ન પૂછ્યો. પરંતુ શિવે તેમના પ્રશ્નનો જવાબ ન આપ્યો. ત્યારે બેને તેને જવાબ શીખવ્યો. અને ફરીથી બોલવા માટે કહ્યું. શિવે જવાબ આપ્યો ત્યારે આખો વર્ગ તેના જવાબથી તેને વધાવી લીધો. હવે આનંદભર્યું વાતાવરણ બનવા લાગ્યું. તે હવે પોતાની જાતને નિરાશામાંથી એક નવી આશા સાથે જીવવા લાગ્યો.

હવે શાળાનો છેલ્લો દિવસ આવી ગયો. બધા બાળકો બેન માટે કોઈ ને કોઈ ભેટ લઈને આવ્યા હતાં. તેમાં શિવ પણ પોતાના વર્ગશિક્ષિકા બેન માટે મેલાઘેલા કાગળમાં ભેટ લઈને આવ્યો હતો.બધાને ખબર હતી કે આ ભેટ શિવ જ લાવ્યો હશે. બધી ભેટને એક બાજુ મૂકીને બેને શિવની ભેટ લીધી. તેમાં શિવની મમ્મીની જૂની બંગડી હતી. જેમાં અડધા નંગ પણ નીકળી ગયા હતાં. તેમ છતાં બેને તે બંગડી પહેરી લીધી. ત્યારે શિવે બેનને કહ્યું કે "બેન તમારામાં મને મારી માતાના દર્શન થાય છે. તમે મારી માતા જેવા લાગો છો." ત્યારે બેનની આંખોમાંથી આંસુ આવી ગયા અને તેને પોતાની હૃદયથી લગાવી દીધો.

આમ ને આમ કેટલાય મહિના અને કેટલાય વર્ષો પસાર થવા લાગ્યા. તેમ છતાં બંને વચ્ચેનો પ્રેમ સતત વધતો ગયો. શિવ પોતાના શિક્ષિકાબેનને હંમેશા વર્ષમાં એકવાર પત્ર લખતો હતો. તો સામે રાધાબેન પણ પોતાના શિષ્યને હંમેશા યાદ કરતા હતાં.

હવે શિવના લગ્નનો સમય આવ્યો. તો શિવ પોતાને શિક્ષિકાબેન માટે વિમાનની ટિકિટ સાથે આમંત્રણ પત્રિકા મોકલાવી. તે લગ્નમંડપમાં ત્યાં સુધી ન બેઠો જ્યાં સુધી તેની શિક્ષિકાબેન ના આવ્યા. બધા જ રાહ જોઈ રહ્યા હતાં કે શિવ લગ્નમંડપમાં કેમ નથી બેસતો? જેવા જ શિક્ષિકા બેન આવ્યા કે તેમના ચરણોમાં પડીને લગ્નમાં આવેલા તમામને પરિચય કરાવ્યો. હું જેની રાહ જોઈ રહ્યો હતો તે મારા જીવનમાં પરિવર્તન લાવનાર મારા શિક્ષિકાબેન એટલે કે મારી માતા સામાન મારા બેન છે. શિવે પોતાની શિક્ષિકાબહેનને પોતાની માતા તરીકે ગણાવ્યા. ત્યારે બધા જ ખુશ થઈ ગયા હતાં.

આમ, આપણે પણ માત્ર અહી બતાવેલ ગુરુ શિષ્યની જ વાત નથી પણ આપણી આજુબાજુમાં કે કોઈ આવું વ્યક્તિ કે બાળક હોય તો તેના જીવનમાં આપણા વડે કંઈક સારું કરી શકાય એમ હોય તો અવશ્ય કરવું જોઈએ.

૨૫. ભૂતકાળ ભૂલી વર્તમાન જીવો.

એક રાજ્યના રાજાની વાત છે. ત્યાંના રાજાનું નામ ધનપતરાજ હતું. તે રાજા ખૂબ જ પ્રજાપ્રેમી અને ઉદાર હતો. તે કોઈને પણ દુઃખી જોઈ શકતો ન હતો. તેના કામની અને નામની વાતો બીજા બધા રાજ્યોમાં થવા લાગી. બીજા રાજાઓ તેમને મળવા માગતા હતાં. તેમના જોડેથી કઈક શીખવા માગતા હતાં. તેમના જોડેથી કોઈ પણ સમસ્યાનું સમાધાન કરી આપવામાં આવતું હતું.

કોઈક એકવાર રાજા પોતાની પ્રજા સાચે જ સુખી છે. તેને કોઈ દુઃખ તો નથી ને? તે જોવાની ઈચ્છા થઈ અને તે પોતાના સેનાપતિ અને કેટલાક સૈનિકોને લઈને પોતાના રાજ્યમાં ફરવા માટે નીકળ્યા. તેના જોડે જે પણ સમસ્યા લઈને આવે ત્યારે તેનું સમાધાન કરી આપવામાં આવતું અને તેને કંઈ ને કંઈ ભેટ પણ આપવામાં આવતી. કોઈને સોનાના સિક્કા, તો કોઈને ચાંદીના સિક્કા, તો કોઈને કિંમતી સામાન પણ આપવામાં આવતો હતો. મતલબ કે તે રાજા જોડે જે પણ વ્યક્તિ પોતાની સમસ્યા લઈને આવે તેને ચોક્કસ ભેટ આપવામાં આવતી હતી.

રાજા જ્યારે પોતાના રાજ્યમાં ફરી રહ્યા હતાં. ત્યારે તેમની નજર દૂર એક ભિખારી પર પડી. તે ખૂબ જ દુઃખી હતો. તે ગટરની બાજુમાં બેસીને ભીખ માગતો હતો. રાજાને થયું કે હું ભિખારીને બોલાવીને કંઈક આપુ તો કેટલું સારું? તો રાજાએ પોતાના સૈનિકોને તેમના જોડે મોકલ્યા અને તેને બોલાવ્યો. રાજા વિચારતો હતો કે હું તેને જો સોનાના સિક્કા આપુ તો તેના જીવનમાં બદલાવ આવશે. તેનામાં કઈક ફરક પડશે.તે તેનું જીવન શાંતિથી પસાર કરી શકશે.

જ્યારે ભિખારી રાજા જોડે આવ્યો. ત્યારે રાજાએ તેને એક સોનાનો સિક્કો આપ્યો. તે સિક્કો જોઈને ખૂબ જ ખુશ થઈ ગયો. કારણ કે તેને કદી પણ પોતાના જીવનમાં સોનાનો સિક્કો જોયો ન હતો. તેના આનંદનો કોઈ પાર ન હતો. તે

સિક્કો લઈને જ્યાં રહેતો હતો ત્યાં જવા લાગ્યો અને આનંદમાં ને આનંદમાં તે સિક્કાને ઉછાળતો ઉછાળતો ગટર જોડે ગયો. કારણ કે તે પહેલેથી જ ત્યાં બેઠેલો હતો. અને તે સિક્કો સંજોગોવશાત ગટરમાં પડી ગયો. ભિખારી તે સિક્કાને શોધવા લાગ્યો.

આ દ્રશ્ય પેલા રાજા જોઈ રહ્યા હતાં.તેમને પણ ખૂબ દુઃખ લાગ્યું કે ભિખારી જોડેથી સિક્કો પડી ગયો. તેને પાછો બોલાવ્યો અને તેને એક બીજો સોનાનો સિક્કો આપ્યો. તે લઈને તે ભિખારી લઈને પાછો ત્યાં ગયો. અને પાછો પેલી ગટરમાં જે સોનાનો સિક્કો પડી ગયો હતો તેને શોધવા લાગ્યો. તે સમયે રાજાની નજર પાછી પેલા ભિખારી પર પડી. તે સોનાનો સિક્કો શોધી રહ્યો હતો. તેમને વિચાર આવ્યો કે કદાચ ભિખારીને સોનાના એક સિક્કાથી કામ થઈ શકે એમ નહિ હોય. તો તેને ફરી બોલાવવામાં આવ્યો અને તેને ફરી એક વધુ સોનાનો સિક્કો આપવામાં આવ્યો.

બે સોનાના સિક્કા આપવા છતાં પણ પેલો ભિખારી ગટરમાં પડેલો સિક્કો જ શોધવામાં પડ્યો હતો. આ બધું પેલા રાજા ત્યાં ઊભા રહીને જોઈ રહ્યા હતાં. હવે તેમનાથી ના રહેવાયું અને તે ભિખારીને જોડે બોલાવીને પૂછ્યું કે “ભાઈ હું તને એક સિક્કાની જગ્યાએ બે સોનાના સિક્કા આપ્યા. તેનાથી તું તારા જીવનમાં ખુશીથી અને શાંતિથી રહી શકે એમ છે. તો પેલા ગટરમાં પડેલા સિક્કાને કેમ શોધે છે? તેના પાછળ તું કેમ સમય બગડે છે? તું તારા પરિવાર સાથે શાંતિથી રહે ને.”

ત્યારે પેલા ભિખારીએ રાજાને કહ્યું કે “ના મહારાજ મારું સાચું સુખ તો ત્યારે જ મળશે કે જ્યારે પેલો ગટરમાં પડેલો સિક્કો મને મળશે. ત્યારે મારા જીવનમાં આનંદ અને ખુશી આવશે.”

આમ, આ વાત પણ આપણા જીવનમાં લાગુ પડે છે. કદાચ બધાના જીવનમાં નહિ પણ કેટલાકના જીવનમાં ચોક્કસ લાગુ પડે છે. જેમ કે આપણે જે સમય પસાર થઈ ગયો. જે સારો હોય કે ખરાબ પણ આપણે તેને જ પકડી રાખીને પણ હાલના સમયનો આનંદ લઇ શકતા નથી. માટે આપણે વર્તમાન સમયને આનંદથી, ખુશીથી અને ઉમંગથી જીવન જીવવું જોઈએ.

૨૬. સંઘર્ષથી સફળતા તરફ

એક દેશની વાત છે. તે દેશમાં દસ વર્ષના છોકરો ફૂટબોલર બનવાની ખૂબ જ ઈચ્છા હતી. તેને તેના માતા પિતાને પોતાની ઈચ્છા જણાવી. તેણે પોતાના પિતાને કહ્યું કે હું ફૂટબોલર બનવા માગું છું. અને વિશ્વનો પ્રથમ નંબરનો ફૂટબોલર અને ગોલકીપર બનવા માગું છું. તેના માતા-પિતાએ પોતાના બાળકને ફૂટબોલર બનાવવા માટે ટ્રેનીંગની શરૂઆત કરાવી.

તે તેના કોચને હંમેશા કહેતો હતો કે સાહેબ હું વિશ્વનો મહાન ફૂટબોલર બનવા માંગુ છું. અને આપણા દેશનો મહાન ક્લબ “રીયલ મેડ્રિડ” તરફથી રમવા માગું છું.

કોચે તે બાળકને તેના વિશ્વાસને જોઈને તેને પ્રશિક્ષણ આપવામાં ખૂબ જ રસ લીધો. આ દસ વર્ષનું બાળક શિક્ષણ લેતા લેતા ક્યારે વીસ વર્ષનો થઈ ગયો તેની ખબર પણ પડી નહિ અને તેના દસ વર્ષમાં કેટલુંય શિક્ષણ મેળવીને કેટલીય સિદ્ધિઓ મેળવી હતી. તે કમાલની રમતો રમ્યો હતો. અને હવે તેનું સ્વપ્ન પૂરૂં થવા માટે જઈ રહ્યું હતું.

હવે “રીયલ મેડ્રિડ”વાળા તે બાળક સાથે કરાર કરવાના હતા. અને તેવા સમયે તે તેના મિત્રો સાથે ગાડીમાં ફરવા માટે ગયો હતો. અને ત્યારે જ તેની ગાડીનો અકસ્માત થયો અને તેને દવાખાને લઈ જવામાં આવ્યો.

ત્યારે ત્યાંના ડોક્ટરોએ તેના પિતાને જણાવ્યું કે તમારા દીકરાને કમરથી નીચેનો ભાગ લકવાગ્રસ્ત થઈ ગયો છે. હવે તમારો દીકરો કોઈ દિવસ ચાલી શકશે નહીં કે ફરી રમી શકશે પણ નહીં. ત્યારે તેની માતા પિતાની આંખોમાં આંસુ આવી ગયા. કારણ કે તેનો દીકરો ફૂટબોલર બનવા માગતો હતો. તે રમી શકશે

નહીં. તેનું સ્વપ્ન પૂરું થઈ શકશે નહીં. આ વાત તેના માતા-પિતાએ તેના દીકરાને બતાવી અને તે ખૂબ જ દુઃખી થયો.

તેને દવાખાનામાં કુલ અઢાર મહિના રાખવામાં આવ્યો. આવા સમયે તેના મગજના અલગ-અલગ પ્રકારના નકારાત્મક વિચારો આવવા લાગ્યા. પરંતુ તેના પર કાબૂ મેળવીને તેને પોતાનું જીવન કેવી રીતે સફળ બનાવવું તેના હકારાત્મક વિચારો કરવા લાગ્યો.

ત્યારબાદ તે કવિતાઓ, ગીતો અને ધૂનો લખવા લાગ્યો અને તેને જાતે ગાવા લાગ્યો. તેનું મગજ ધીરે ધીરે ફૂટબોલ તરફથી સંગીત તરફ વાળી દીધું. તેનું જીવન બદલાઈ ગયું હતું.

પાંચ વર્ષ પછી તેનું સૌ પ્રથમ ગીત આવ્યું. જેનું નામ "લાઈફ ગોઝ ઓન ધ સેમ" હતું. આ છોકરો આ ગીતના કારણે ખૂબ જ લોકપ્રિય સંગીતકાર બની ગયો અને તેના ત્રીસ કરોડથી પણ વધુ આલ્બમ વેચાઈ ગયા છે. અને અલગ અલગ ભાષાઓમાં ગીતો ગાયેલા પણ છે. આ છોકરાનું નામ છે. "જ્યોલીઓ ગ્લેસિયસ"

આમ, આપણા જીવનમાં ગમે ત્યારે પણ કોઈ પણ સમસ્યા આવે તો તેનું નિરાકરણ હોય જ છે. આપણું સ્વપ્ન તૂટી ગયું હોય તો તેને કેવી રીતે સફળ બનાવવું? જીવનમાં નવું સ્વપ્ન કેવી રીતે જોવું અને તેને સફળ બનાવવા શું કરવું? તેમાં હકારાત્મક વિચારો હંમેશાં પ્રેરણાદાયક બને છે.

૨૭. શાંત મને મોટી સફળતા

એક સરસ મજાનું શિવરામભાઈનું સુંદર ખેતર હતું. ત્યાં એક ખેડૂત પોતાના ખેતરમાં કામ કરતો હતો. અને ત્યારબાદ બાજુમાં આવેલ નાનકડા મકાનમાં રાખવામાં આવેલ અનાજની કોઠીમાં અનાજ ભરવાનું કામ કરી રહ્યો હતો.

તેને કામ કરતાં કરતાં અચાનક જ તેની કાંડા ઘડિયાળ ક્યાંક ખોવાઈ ગઈ. એ ઘડિયાળ તેના પિતાએ ભેટ આપી હતી. તેના કારણે તે ખૂબ અમૂલ્ય હતી. સાથે સાથે તેની સાથે અંગત લાગણીઓ પણ જોડાયેલી હતી.

તે ઘડિયાળ શોધવા માટે ખેડૂતે ખૂબ કોશિશ કરી, કોઠીનો ખૂણેખૂણો જોઈ લીધો પણ ઘડિયાળ ક્યાંય ન મળી. અંતે નિરાશ થઈ તે કોઠીની બહાર નીકળી ગયો. બહાર આવી તેણે જોયું તો ફળિયામાં કેટલાક બાળકો રમતા હતા.

તેણે બાળકોને બોલાવી પોતાની ઘડિયાળ વિશેની વાત કરી અને તેમને ઘડિયાળ શોધી આપવાનું કામ સોંપ્યું. સાથે જે બાળક ઘડિયાળ શોધી આપે તેને આકર્ષક ઈનામની પણ ઘોષણા કરી.

ઈનામની લાલચમાં બાળકો ઘડિયાળ શોધવા કોઠીમાં ઉતરી ગયા. ખૂણેખૂણો જોઈ લીધો પણ ઘડિયાળ ક્યાંય મળી નહિ. થાકી-હારીને બાળકો પણ કોઠીની બહાર નીકળી ગયા.

ખેડૂત ખૂબ નિરાશ થઈ ગયો અને લમણે હાથ દઈ બેસી ગયો. બરાબર ત્યારે જ એક બાળક પરત આવ્યો અને તેણે ઘડિયાળ શોધવા પોતાને વધુ એક તક આપવા જણાવ્યું.

ખેડૂતે તરત જ હા ભણી. બાળક કોઠીમાં ગયો અને થોડીવારમાં જ ઘડિયાળ લઈ બહાર આવી ગયો. તેના હાથમાં ઘડિયાળ જોઈ ખેડૂતના આનંદનો કોઈ પાર

રહ્યો નહિ. તે ખૂબ જ ખુશ થઈ ગયો. તે ખુશી વ્યક્ત કરતાં કરતાં તેણે બાળકને પૂછ્યું કે, તે આ ઘડિયાળ શોધી કઈ રીતે?

બાળકે જવાબ આપ્યો કે હું કોઠીમાં જઈ શાંતિથી એક ખૂણામાં બેસી ગયો. નીરવ શાંતિ વચ્ચે મને ઘડિયાળનો ટિકટિક અવાજ સંભળાયો. મેં ત્યાં તપાસ કરતા ઘડિયાળ મળી ગઈ.

આ સાંભળી બાળકની ચતુરાઈ પર ખેડૂત ખુશ થયો અને તેને ઇનામ પણ આપ્યું.

આપણે પણ અમુક સમયે બૂમો પડીએ છીએ. બીજા કહે તેમ કરીએ છીએ. શાંત ચિત્તે વિચાર કરીએ. તો ખૂબ જ અસરકારક પરિણામ મળતું હોય છે.

આમ, મિત્રો બીજાની વાતમાં હા માં હા કરતા પહેલા મનની વાત સાંભળો. ઘેટાં જેવા ન બનો કે એકની પાછળ એક ચાલ્યા કરે. તમે તમારા મનના માલિક છો. શાંત ચિત્તે વિચારો કે આપણે શું કરવું છે અને શું નહિ? આપણે તો જ જીવનમાં આગળ નીકળી શકીશું.

૨૮. સમયની પરખ

હાલમાં જ પૂરું થયેલું ૨૦૨૦નું વર્ષ બધા માટે ખૂબ જ કઠિન વર્ષ તરીકે જીવનમાં કોતરાઈ ગયું છે. આ કપરા સમયમાં કેટલાય પરિવાર પોતાના જીવન ધોરણમાં બદલાવ આવી ગયો. આવા સમયે એક હીરાના ઝવેરીના અચાનક કોરોનાના લીધે અવસાન થતાં, તેનો પરિવાર આર્થિક સંકટમાં મૂકાઈ ગયો. ઘરના મોભીનું મરણ થતાં તેમને ખાવામાં પણ ખૂબ તકલીફ પડવા લાગી.

એક દિવસએ ઝવેરીની પત્નીએ પોતાના દીકરાને બોલાવી એક અમૂલ્ય હીરાનો હાર આપી કહ્યું કે, 'બેટા, આ હાર કાકાની દુકાને લઈ જા અને તેને કહેજે કે હાર વેચી થોડા પૈસા આપે.' દીકરો હાર લઈને કાકા પાસે ગયો.

કાકાએ હારને બરાબર જોઈ-તપાસીને કહ્યું કે, 'બેટા, માને કહેજે કે અત્યારે બજારમાં બહુ મંદી ચાલે છે. થોડા સમય પછી વેચજો, સારા પૈસા મળશે.' અને તે દીકરાને થોડા પૈસા આપી કહ્યું કે કાલથી તું મારી દુકાને કામ પર આવી જજે.

બીજા દિવસથી તે દીકરો કાકાની દુકાને જવા લાગ્યો અને હીરા-માણેક અને મોતીની પરખ કરવાનું કામ શીખવા લાગ્યો. તે દીકરો આ દુકાનમાં કામ કરતાં કરતાં તે બહુ મોટો હીરા પારખું બની ગયો અને દૂરદૂરથી લોકો તેની પાસે હીરાની પરખ માટે આવવા લાગ્યા.

એક દિવસ તેના કાકાએ કહ્યું કે, 'બેટા, પેલો હાર તારી મા પાસેથી લઈ આવ. તેને કહેજે કે બજારમાં બહુ તેજી છે, સારી કિંમત મળશે.'જેના કારણે તમારા ઘરે જરૂરી કામ કરી શકાશે. દીકરાએ મા પાસેથી પેલો હાર લઈ જોયું તો ખબર પડી કે હાર તો નકલી છે. તે હારને ઘરે જ રહેવા દઈ દુકાન ઉપર ગયો. કાકાએ કહ્યું : 'બેટા, હાર ન લાવ્યો?' દીકરાએ કહ્યું: 'કાકા, એ તો નકલી હાર છે.'

ત્યારે કાકાએ કહ્યું કે જ્યારે તું તે હાર પહેલીવાર લઈ આવ્યો. ત્યારે જ જો મેં કહી દીધું હોત કે તે હાર નકલી છે. તો તમને લોકોને એમ થાત કે જો અમારો સમય ખરાબ છે. તો કાકા અસલી હારને પણ નકલી કહી રહ્યા છે. આજે હવે તને પોતાને જ અસલી-નકલીની પરખ થઈ ગઈ છે.

આમ,આપણે પણ જ્ઞાન વગર જે પણ વિચારીએ છીએ. જાણીએ છીએ તે બધું નકામું છે. સાચા જ્ઞાન કે સાચી વાત જાણ્યા વગર કરેલા નિર્ણયથી ઘણીવાર આપણા અંગત સંબંધો પણ બગડે છે અને પરિવારજનો વચ્ચે પણ અવિશ્વાસ પેદા થાય છે.

આમ, આપણે આપણા જીવનમાં પણ કોઈ નિર્ણય લેતા પહેલાં જરૂર પરિસ્થિતિનો વિચાર કરવો જોઈએ.

૨૯. કિંમતી સમય

એક રાજ્ય હતું. તે રાજ્યના રાજા ખૂબ જ ઉદાર હતા. કોઈ એક સમયે એક ગરીબ માણસ રાજા પાસે ગયો અને કહ્યું, કે રાજા મહારાજ હું ખૂબ જ ગરીબ માણસ છું. મારી સાથે મારા માતા-પિતા, બે બાળકો અને મારી પત્નીની ખૂબ મોટી જવાબદારી છે. હું સતત રાત-દિવસ મજૂરી કરું છું. તો પણ હું મારા પરિવારનું ભરણપોષણ કરી શકતો નથી.

તે માણસ રાજા સામે પોતાની પરિસ્થિતિ કહેતાં કહેતાં રડી પડ્યો. રાજાને એના પર ખૂબ જ દયા આવી ગઈ. એણે કહ્યું કે તું ચિંતા ના કર. આજે જ મારા ખજાનચી પાસે પહોંચી જા. હું એને સંદેશો પહોંચાડી દઉં છું કે તે તને એક હજાર સોનામહોર અને દસ વીઘા જમીન આપશે. પછી તું સુખેથી રહેજે અને તારા પરિવારનું ભરણપોષણ કરજે. તારા પરિવારમાં કોઈ ભૂખ્યું નહીં રહે. અને કોઈ દુઃખ પણ નહીં રહે. પણ હા, એક વાતનું ધ્યાન રાખજે. ખજાનચી સાંજે પાંચ વાગ્યા પછી મળશે નહીં. એટલે કે તે પાંચ વાગ્યે નીકળી જશે અને તને સોનામહોર કે જમીન મળી શકશે નહીં.અને ખજાનચી આજે જતો રહેશે. તો આજે કે કાલે કે આવનાર કોઈ પણ સમયે તને આ ધન મળશે નહિ. તારે કોઈ પણ રીતે ત્યાં પાંચ વાગ્યા પહેલા પહોંચી જવું પડશે.

તે ગરીબ માણસ તો ખૂબ જ ખુશ થઈ ગયો. એને રાજાનો ખૂબ જ આભાર માન્યો. તે રાજાના રાજમહેલમાંથી બહાર આવ્યો. તેને પહેલા આ ખુશખબર પોતાના ઘરે આપવાનો નિર્ણય કર્યો. અને તે દોડતો દોડતો પોતાના ઘરે પહોંચી ગયો. તેને તેની પત્નીને અને પોતાના માતા-પિતાને ખુશખબર આપ્યા. અને પછી તે શાંતિથી જમવા બેસ્યો. અને પછી આરામથી ખાટલામાં લાંબો થઈને પડ્યો.અને તે પોતાના દીવાસ્વપ્નોમાં ખોવાઈ ગયો. બસ હવે આપણો સમય

બદલાઈ ગયો. કાલથી આપણા ઘરે પૈસાની રેલમછેલ છે. હવે મારે કંઈ કામ કરવું નહીં પડે. પૈસા આવશે. આમ કરી નાખીશ, તેમ કરી નાખીશ. અને કેટલોય સમય પોતાની વાતોમાં વેડફવા લાગ્યો.

તેનો પતિ વાતો કરવા લાગ્યો. ત્યારે તેની પત્નીએ કહ્યું "પહેલા જઈને સોનામહોર અને જમીન તો લઈ આવો" તેને જવાબ આપ્યો કે હજુ તો બહુ સમય છે. કારણ કે રાજાએ કહ્યું છે કે ખજાનચી સાંજે પાંચ વાગ્યા સુધી ત્યાં જ છે. અને જેમ જેમ સમય પસાર થતો ગયો. સાડા ચાર થયા. પત્નીએ ફરીવાર તેને યાદ અપાવ્યું. તેણે કહ્યું જવાય છે. દસ મિનિટનો રસ્તો છે. અને તે પાંચ વાગવામાં પંદર મિનિટની વાર હતી અને તે ઘરેથી નીકળ્યો. આગળ જતાં તે રસ્તામાં એક ગાડી ઊંધી પડી ગઈ હતી. એટલે રસ્તો બંધ થઈ ગયો હતો. એને બીજા લાંબા રસ્તેથી રાજમહેલમાં ખજાનચી પાસે જવું પડ્યું. એ ત્યાં પહોંચે ત્યારે સવા પાંચ વાગી ગયા હતા.ત્યાંથી ખજાનચી નીકળી ગયો હતો. અને એને ધનવાન થવાનો સમય પણ નીકળી ગયો હતો.

આમ, જે વ્યક્તિ સમયને સમજી શકતો નથી. એને સમય પણ સાચવતો નથી. સમયનો ઉપયોગ કરો તો આવનાર સમય ખૂબ જ સારો થઈ જાય છે. જે માણસ સમય નથી સાચવતો, એને સમય પણ નથી સાચવતો.

૩૦. સમયનો આનંદ

એક શહેરમાં બે મિત્રો રહેતા હતા. એકવાર તેમને એક પાર્ટીમાં જવાનું નક્કી કર્યું. બંને મિત્રો પાર્ટીમાં જવા માટે તૈયાર થયા. પાર્ટી શરૂ થઈ હતી.

બંને મિત્રો ખૂબ જ આનંદથી ડાન્સ કરી રહ્યા હતા. ત્યારે એક મિત્રે તેના બીજા મિત્રને એક બાજુ બોલાવીને વાત કરી. તેને પૂછ્યું કે પેલી તારી સમસ્યાનું શું થયું? ત્યારે પેલો મિત્ર કહેવા લાગ્યો કે મારી સમસ્યાનું મૂળ કારણ પેલો માણસ છે. તેને મારુ આખું જીવન ખરાબ કરી નાખ્યું છે.

તે માણસ એટલી હદે ગુસ્સે ભરાયો કે એ ભૂલી ગયો કે તે હાલ ક્યાં છે? એ પછી પેલા માણસે બીજા મિત્રે બોલાવ્યો. અને તેને પણ તેવી જ વાત કરી કે તારી પેલી સમસ્યાનું શું થયું?

ત્યારે પેલા મિત્રએ કહ્યું કે જો મિત્ર, અત્યારે હાલ હું પાર્ટીમાં છું, હું મજા કરી રહ્યો છું, હું ડાન્સ કરું છું,અને અત્યારે હું મારી મસ્તીમાં ખુશ છું. મારી આવી સમસ્યા તો કાલે પણ હતી અને આવતી કાલે પણ હશે.

અત્યારે મારે મારો મૂડ ખરાબ કરવો નથી. મને મારી મસ્તીમાં રહેવા દે. સમસ્યાને ભૂલી જાવ અને હાલની પાર્ટીને માણવા દે. અને ચાલ તું પણ મારી સાથે જોડાઈ જાવ.

મારા મિત્ર, અત્યારે તું સમયને ઓળખ? મારો આ સમય કેટલો કિંમતી છે? આવા સમયને તું ખોટી રીતેપસાર ના કર.

આમ, આપણે પણ જે સમયે જે પણ કામ કરીએ તેને ખૂબ જ આનંદથી કરીએ. કોઈ પણ સમય વેડફવો જોઈએ નહિ. તેનો ઉપયોગ કરવો જોઈએ. અને સમય અને જગ્યા જોઈને પોતાનો નિર્ણય કરવો જોઈએ.

૩૧. પિતાનો પ્રેમ

એક યુવાન માણસ પોતાનો અભ્યાસ પૂર્ણ કર્યા બાદ પ્રાઈવેટ કંપનીમાં નોકરીની શોધમાં ઈન્ટરવ્યૂઆપવા માટે શહેર ગયો. તેને કેટલાક પ્રશ્નો પૂછવામાં આવ્યા.

સૌ પ્રથમ તેનું નામ, તેનો અભ્યાસ, તેના પિતા વિશેની કેટલીક માહિતી લેવામાં આવી. ત્યારબાદ તેને પૂછવામાં આવ્યું કે તમે કોઈ દિવસ શિષ્યવૃત્તિ માટે અરજી કરેલી છે? તો તેને કહ્યું કે ના, મેં આવી કોઈ અરજી કરેલી નથી.

ઈન્ટરવ્યૂ લેનારે પૂછ્યું કે તમારા પિતાજી શું કરે છે? તમે હાલ શું કરો છો? તેને કહ્યું કે, હું હાલ બેરોજગાર છું.

ઈન્ટરવ્યૂ લેનાર માણસે કહ્યું કે શું તમે કોઈ દિવસ તમારા પિતાને મદદ કરી છે ખરી? તો પેલા યુવાને કહ્યું કે ના. હું મારા પિતાને કોઈ દિવસ ખેતીમાં મદદ કરી નથી અને મને મારા પિતા ખેતીના કામમાં કંઈ કહેતા પણ નહિ. માત્ર તેમણે મને ભણવામાં અને બીજુ જે પણ કામ હોય તેમાં મદદ કરી છે. તેમની ઈચ્છા છે કે મારો દીકરો મારા જેમ ખેતરમાં ખેતી ના કરે પણ કોઈ સારી નોકરી કરે. માટે મને કોઈ દિવસ ખેતરમાં લઈ ગયા નથી.

તો પેલા ઈન્ટરવ્યૂઅરે કહ્યું કે સારું આજે તું અહીથી ઘરે જા. અને તારા પિતાના હાથ અને પગ જોવાના અને પછી કાલે ફરી તું અહીં આવજે. આ સમાચાર સાંભળીને પેલો યુવાન ખુશ થઈ ગયો કારણ કે "કાલ આવજે તેનો અર્થ એ કે હું નોકરીમાં પાસ થઈ ગયો એમ જ થાય" એમ સમજીને તે બજારમાંથી મીઠાઈ લઈને ઘરે ગયો. ઘરે બધાને મીઠાઈ આપી. આજુબાજુમાં બધાને મીઠાઈ આપી. કુટુંબમાં બધા ખૂબ જ ખુશ થઈ ગયા.

ત્યારે પેલા ઈન્ટરવ્યૂમાં કહેલા શબ્દો યાદ આવ્યાં. તેને તેના પિતાને પોતાના જોડે બેસાડ્યા. અને તેમના હાથ બતાવવાનું કહ્યું. ત્યારે પિતા પોતાના હાથ બતાવતા ન હતાં કારણ કે તેમના હાથ એકદમ કડક થઈ ગયા હતાંઅને તેમની ચામડી ફાટી ગઈ હતી. બધે તિરાડો પડી ગઈ હતી.

તે યુવાન પોતાના પિતાના હાથ જોયા ત્યારે ખબર પડી કે મારા માટે મારા પિતા કેટલી મજૂરી કરે છે. તેનો મને અહેસાસ પણ થવા દીધો નથી. તે પિતા જોડે વાતો કરવા લાગ્યો. તેને બહુ જ દુઃખ થયું કે ભણવામાં હું મારા પિતાના કામમાં મદદ કરી શક્યો નહિ. અને કોઈ દિવસ મારા પિતાએ ભણવાના કારણે મને મદદ માટે કહ્યું પણ નહિ.

સાચે જ એક પિતા પોતાના દીકરાના ભવિષ્યમાં કેટલું સહન કરતા હોય છે. તે દીકરો તેના પિતા જોડે ખેતર અને ખેતીની વાતો કરવા લાગ્યો. અને ખૂબ જ સમય પિતા જોડે પસાર થઈ ગયો.

આમ, બીજા દિવસે પેલો યુવાન ઓફિસમાં ગયો. અને પેલા ઈન્ટરવ્યૂ લેનાર જોડે ગયો. તેને ખૂબ જ સાહજિકતાથી પેલા યુવાનને પૂછ્યું કે શું તમે તમારા પિતાના હાથ જોયા હતાં? તમને કંઇ અલગ અનુભૂતિ થઈ હતી?

ત્યારે પેલા યુવાને કહ્યું કે, હા! મેં મારા પિતાના હાથ જોયા. મે પેલી વાર ખૂબ નજીકથી તેમના હાથનો સ્પર્શ કર્યો. તેમના જોડે બેસીને વાતો કરી. તેમના જોડે ખેતી અને ખેતર વિશેથી માહિતગાર બન્યો. ત્યારે મારી આંખોમાં આંસુ આવી ગયા. કે મારા પિતા મારા માટે કેટલું કર્યું. જેનો મને અહેસાસ પણ ન થવા દીધો.

ત્યારે પેલા ઈન્ટરવ્યૂ લેનાર માણસે કહ્યું કે હવે તમે આપેલ ઈન્ટરવ્યૂમાં પાસ થયા છો. આજે એક તમે તમારા પિતાની વેદના સમજ્યા માટે તમે પણ આ ઓફિસમાં રહેલ માણસોને સમજી શકશો.

આમ, આપણા જીવનમાં પણ પિતાનું જે મહત્વ છે. તેના વડે આપણે પણ આગળ વધી શકીએ છીએ. તેમના જીવનનાં કાર્ય થકી જ આપણે આપણા જીવનના અમૂલ્ય પાઠ ભણવા મળે છે. પિતાના વિનાનું જીવન પાયા વિનાના ઘર જેવું છે.

૩૨. સંકટ સમયે મિત્રની ઓળખ

એક સુંદર મજાનું ગામ હતું. ગામમાં એક પરિવાર રહેતો હતો. પરિવારમાં એક દીકરો અને તેના માતા-પિતા હતા. દીકરાને અનેક મિત્રો સાથે રહેવાની ટેવ હતી. તે હંમેશા પોતાના મિત્રો સાથે સમય પસાર કરતો હતો. તે એના પિતાને પસંદ ન હોતું. કારણ કે તેના પિતાને ખબર હતી. કે અત્યારના સમયમાં દરેક મિત્ર સ્વાર્થી હોય છે. પિતાજીએ આ બાબતે દીકરાને વારંવાર સમજાવ્યો હતો. પણ દીકરો પિતાની વાત માનવા તૈયાર ન હતો.

એક દિવસ તેના પિતાએ પોતાના દીકરાને પૂછ્યું, દીકરા તારે આટલા બધા મિત્રો છે. તેમાંથી તારો સાચો મિત્ર કયો છે? કે જે તને મુશ્કેલીના સમયમાં પણ તારો સાથ છોડે નહીં. દીકરાએ જવાબ આપ્યો. પિતાજી, મિત્રો તો મારા બધા આમ તો સાચા મિત્રો છે. પણ એમાંથી મારો સાચો અને સારો મિત્ર હોય તો તે દિલીપ છે. કે જેના ઉપર હું સૌથી વધારે વિશ્વાસ મૂકું છું, તેને બધી વાત કરું છું.

થોડા દિવસ પછી પિતાજીએ અડધી રાત્રે પોતાના દીકરાને જગાડ્યો અને સૌથી વિશ્વાસુ અને સાચા મિત્ર એવા દિલીપના ઘરે લઈ ગયા. તે તેના ઘરે જઈને બહાર ઊભા રહી અને પોતાના દીકરા જોડે બૂમ મારીને બોલાવવા કહ્યું.

દીકરાએ પિતાએ કહ્યા પ્રમાણે બૂમો પાડી પણ દિલીપ બહાર ના આવ્યો. ત્યારબાદ વારંવાર બૂમ પાડવા છતાં પણ દિલીપ બહાર ના આવ્યો. ત્યારે પિતાએ તેના ઘરની બાજુમાં નાની બારી હતી. ત્યાં લઈ ગયા અને ઘરની અંદરનું દૃશ્ય તેને બતાવ્યું. દિલીપ ધીમા અવાજે તેની મમ્મીને કહેતો હતો કે મમ્મી સહેજ પણ અવાજ ના કરતી. બહાર પેલો બૂમો પાડે છે. જો હું બહાર જઈશ તો રાતનો સમય છે. મને ખબર છે કે કોઈ પણ માણસ રાતના સમયે કોઈના ઘરે ત્યારે જ જાય છે, જ્યારે તેને કોઈ તકલીફ હોય, કોઈ મુશ્કેલી હોય કે તેને રૂપિયાની

જરૂર પડી હોય. જો હું બહાર જઈશ તો તેની મદદ કરવી પડશે. મારી ઊંઘ પણ બગડશે. માટે મમ્મી તું ચૂપચાપ સૂઈ જા. આ દૃશ્ય દીકરાને બતાવીને ત્યાંથી બંને ચાલ્યા ગયા.

ત્યારબાદ પોતાના દીકરાને પિતા તેમના મિત્રના ઘરે લઈ ગયા. દૂરથી બૂમ પાડી. એક જ બૂમે તેના પિતાના મિત્ર બહાર આવી ગયા. અને સાથે સાથે એક હાથમાં હથિયાર અને બીજા હાથમાં રૂપિયા ભરેલી બેગ લઈને આવ્યા.

જ્યારે તેના પિતાનો મિત્ર બંને હાથમાં અલગ અલગ વસ્તુ લઈને આવ્યો. ત્યારે તેના પિતાએ દીકરાને કહ્યું કે જો બેટા મારો મિત્ર અડધી રાત્રે પણ તૈયાર છે. તેને ખબર છે કે મારો મિત્ર આવ્યો છે. તો તેને કંઈક તકલીફ હશે. માટે જો કોઈ માણસના કારણે તકલીફ હોય તો હથિયાર લઈને આવ્યો અને જો આર્થિક પરિસ્થિતિ ખરાબ હશે તો પૈસા લઈને આવ્યો કે તેને મદદરૂપ થઈ શકું.

પિતાએ કહ્યું, જો બેટા મિત્રો આવા હોવા જોઈએ. જે મુશ્કેલીના સમયમાં પણ અડધી રાત્રે આપણા માટે દોડતા આવે. આપણો અવાજ સાંભળતા જ પોતાની ગમે તેવી પરિસ્થિતી હોય તે પરિસ્થિતિ મૂકીને પણ મિત્રની સેવા કરવા હાજર થાય.

આમ, પેલા દીકરાને પોતાના સ્વાર્થી મિત્રોને છોડી દીધા.આપણા જીવનમાં પણ વધુ મિત્રો નહિ પરંતુ કામમાં આવે તેવા મિત્રોની જરૂર હોય છે.

૩૩. સંઘર્ષ એ જ જીવન

એક જંગલમાં ગીધનું એક ટોળું રહેતું હતું. કોઈ એકવાર તે ગીધનું ટોળું જંગલ છોડી એક વેરાન જગ્યા ઉપર જઈ ચડ્યું. આ જગ્યા સમુદ્રની વચ્ચોવચ હતી. ત્યાં ઘણીબધી નાની મોટી માછલીઓ, દેડકા અને બીજા પણ અનેક સમુદ્રી જીવો હતા.

અહીં ગીધો માટે ખાવા-પીવાનું પર્યાપ્ત માત્રામાં મળી જતું હતું. વળી અહીં તેમનો શિકાર કરે તેવા કોઈ જંગલી પશુઓ પણ નહોતા. બધા ગીધ બહુ ખુશ થઈ ગયા. કારણ કે આવું આરામનું જીવન તેમણે ક્યારેય નહોતું જોયું.

ગીધના આ ટોળાના મોટાભાગના ગીધ યુવાન હતા. તેમણે વિચાર્યું કે 'આવું આરામદાયક જીવન છોડી હવે ક્યાંય નથી જવું. બસ, હવે જિંદગીભર અહીં જ રહેવું છે.'

પરંતુ એ ગીધના ટોળામાં એક વૃદ્ધ ગીધ પણ હતું. જે યુવાન ગીધોને જોઈ વિચારમાં પડી જતું. થોડા સમય પછી તે વિચારવા લાગ્યું કે અહીંના આરામદાયક જીવનની આ ગીધો પર શું અસર પડશે..? અહીં તેમની સામે કોઈ મુશ્કેલીઓ નથી. પણ પછી ઓચિંતા જ તેમની સામે કોઈ મુશ્કેલી આવશે તો તેનો સામનો આ બધા કેવી રીતે કરી શકશે..?

ખૂબ વિચારીને એ વૃદ્ધ ગીધે બધા જ ગીધોની સભા બોલાવી. પોતાની ચિંતા પ્રગટ કરતા વૃદ્ધ ગીધે કહ્યું કે, "આપણે અહીં આવ્યાને ઘણો સમય થઈ ગયો છે. હવે આપણે ફરી જંગલમાં ચાલ્યા જવું જોઈએ. અહીં આપણે મુશ્કેલીઓ વગરનું જીવન જીવી રહ્યા છીએ. પણ જો આપણે અહીં રહીને આળસુ થઈ ગયા તો પછી મુશ્કેલીઓનો સામનો નહીં કરી શકીએ."

યુવાન ગીધોએ પેલા વૃદ્ધ ગીધની વાત ન સાંભળી અને જાણે કે કાન સોંસરવી કાઢી નાખી. તેઓને થયું કે આ વૃદ્ધ ગીધની બુદ્ધિ બહેર મારી ગઈ છે. તેઓએ આ આરામની જિંદગી છોડને જવાની સાફ મનાઈ કરી દીધી.

વૃદ્ધ ગીધે બધાને ફરીથી સમજાવવાનો પ્રયત્ન કર્યો કે, 'તમે લોકો આરામદાયક જીવન જીવવા માટે ટેવાઈ ગયા છો. તેથી ઊડવાનું પણ ભૂલી ગયા છો. કોઈ મુસીબત આવશે તો તેનો સામનો કેવી રીતે કરશો..?

એટલે જ કહું છું કે આ આરામની જિંદગી છોડો, મારી વાત માનો અને મારી સાથે પાછા ચાલો.'

પરંતુ કોઈએ વૃદ્ધ ગીધની વાત ન માની. તેથી તે એકલું જ ત્યાંથી ચાલ્યુ ગયું. કેટલાક મહિના વીત્યા. વૃદ્ધ ગીધે પેલા ટાપુ ઉપરના ગીધોના ખબર અંતર પૂછવાનું વિચાર્યું. તે ઊડતું ઊડતું પેલા ટાપુ ઉપર પહોંચ્યું.

ટાપુ ઉપર જઈ તેણે જોયું તો ત્યાંનો નજારો સાવ બદલાઈ ગયો હતો. જ્યાં જુઓ ત્યાં ગીધોની લાશો રઝળતી હતી. અનેક ગીધ લોહીલુહાણ અને ઘાયલ થયેલા પડ્યા હતા. પેલા વૃદ્ધ ગીધે એક ઘાયલ ગીધને આ બધું થવાનું કારણ જાણવા પૂછ્યું. 'તમારી આવી હાલત કેવી રીતે થઈ, આ બધું શું થયું..?'

ઘાયલ ગીધે કહ્યું કે તમારા ગયા પછી ખૂબ મોજથી અમે જિંદગી જીવી રહ્યા હતા. ત્યાં એક દિવસ એક જહાજ આ ટાપુ ઉપર આવ્યું.

એ જહાજમાંથી આ ટાપુ ઉપર જંગલી કૂતરાંઓ છોડવામાં આવ્યા. શરૂઆતમાં તો એ કૂતરાઓએ અમને કશું ન કર્યું. પરંતુ જેવો તેમને ખ્યાલ આવ્યો કે અમે તો ઊડવાનું પણ ભૂલી ગયા છીએ. અમારા પંજા અને નખ પણ કમજોર થઈ ગયા છે કે અમે કોઈના ઉપર હુમલો પણ નથી કરી શકતા અને અમે અમારો બચાવ પણ કરી શકતા નથી. તો તે કૂતરાંઓએ એકએક કરીને અમને મારીને ખાવાનું શરૂ કર્યું. અને એટલે જ અમારી આવી હાલત થઈ છે. જાણે કે તમારી વાત ન માનવાનું જ આ પરિણામ અમે ભોગવી રહ્યા છીએ છે.

મિત્રો, જે લોકો આરામદાયક જીવન જીવવામાં ચાલ્યા જાય છે. તેઓ માટે પછી તેમાંથી બહાર નીકળવું મુશ્કેલ બની જાય છે. પછી જીવનમાં મુશ્કેલીઓ

આવે તો તેનો સામનો કરવો પણ મુશ્કેલ બની જાય છે. તેથી આરામદાયક જીવન જોઈને ક્યારેય બહુ ખુશ ન થઈ જવું. જિંદગી ક્યારે કેવો વળાંક લે તે કહેવું મુશ્કેલ છે.

તેથી મુશ્કેલીઓનો સામનો કરવા હંમેશા તૈયાર રહેવું જોઈએ. તો જ પ્રગતિ કરી શકાય. આરામદાયક જીવન જીવવામાં જે લોકો ટેવાઈ જાય છે. તેમનું જીવન સ્થિર થઈ જાય છે. તમારે તમારા જીવનને આરામદાયક પસાર કરવું છે કે મહાન સમુદ્ર જેવું બનાવવું છે તે તમારે નક્કી કરવાનું છે.

૩૪. જેવું કરશો તેવું પામશો

એક રાજ્યના રાજાએ પોતાના મંત્રીઓ વિશે જાણવાની ઈચ્છા થઈ. તેથી એક વખત રાજાએ પોતાના ત્રણ મંત્રીઓને બોલાવ્યા.

મંત્રીઓ આવ્યા એટલે રાજાએ કહ્યું, "મારે આજે તમને પ્રજા માટે એક નાનું કામ સોંપવું છે. તમે આપણા બગીચામાં જાવ અને સારા સારા ફળનો એક કોથળો ભરીને લઈ આવો. આ કોથળો ભરીને તમે જે ફળ લાવશો. એ હું જરૂરિયાતવાળા લોકોને અપાવી દઈશ."

પ્રથમ મંત્રીએ વિચાર્યુ કે, રાજા માત્ર ભરેલો કોથળો જ જોવાના છે. એમાં શું છે? એ જોવાની રાજાને ક્યાં ફુરસદ હશે? માટે આ મંત્રીએ તો ઘાસ-કચરો જે મળ્યુ તે ભેગું કરીને કોથળો ભરી દીધો.

બીજો મંત્રી પણ બગીચામાં ગયો અને વિચારવા લાગ્યો કે, "હું મહેનત કરીને જો ફળ એકઠા કરીશ. તો એ ફળ રાજા ક્યાં ખાવાના છે? એ તો પ્રજામાં વહેંચી દેવાના છે. તો પછી ખોટી મહેનત શું કરવી?" એણે ઝાડ પર ચડીને ફળો તોડવાને બદલે નીચે પડેલા અને સડી ગયેલા ફળો એકઠા કરીને પોતાનો કોથળો ભરી લીધો."

ત્રીજો મંત્રી બગીચામાં ગયો. એને રાજાની આજ્ઞાનું પાલન કરીને પ્રજા માટે સારા-સારા ફળો એકઠા કર્યા. આ માટે એને ખૂબૂબ જ મહેનત કરવી પડી. પણ રાજાની આજ્ઞા હતી. આથી એણે પ્રજા માટે પાકા અને સારા ફળો ભેગા કર્યા.

ત્રણે મંત્રીઓ પોતાના કોથળાઓ ઉપાડીને દરબારમાં ગયા એટલે રાજાએ હુકમ કર્યો કે, હવે દરેક મંત્રીને એમના કોથળા સાથે જુદા જુદા ઓરડાઓમાં બંધ કરી દો. એક મહિના સુધી આ મંત્રીઓના ઓરડાના દરવાજાઓ ખોલવાના નથી

અને એને કંઈ જ ખાવાનું પણ આપવાનું નથી. પ્રજા માટે ભેગા કરેલા ફળો હવે એમને જ ખાવાના છે.

મિત્રો, ભગવાન પણ એ જ રાજા છે. અને આપણે બધા એના મંત્રીઓ છીએ. આપણા કર્મરૂપી ફળો એકઠા કરવા આ જગતરૂપી બગીચામાં આપણને મોકલ્યા છે. કેવા ફળ ભેગા કરવા? એ આપણે નક્કી કરવાનું છે. પણ એટલુ તો પાક્કુ જ છે કે, આપણે ભેગા કરેલા ફળનો કોથળો આપણને મળવાનો છે. તો આપણે પણ જીવનમાં કંઈક સારું મેળવવા માટે કંઈક સારું ભેગુ કરવું પડશે. અને કંઈક સારું આપવું પણ પડશે. માટે આપણે પણ બીજા માટે કંઈક સારું કરીએ. અને કંઈક સારું વિચારીએ. તો આપણને પણ કંઇક સારુ મળશે.

૩૫. પરિશ્રમ એ જ પારસમણી

એક સુંદર મજાનું રાજ્ય હતું. ત્યાં એક રાજા રાજ કરતો હતો. એક વખત એ રાજ્યમાં બહારથી તેમનો ખાસ મિત્ર મહેમાનગતિ કરવા માટે આવ્યો.

રાજાએ તે મિત્રને બહુ માન-સન્માન આપ્યું. તેને તમામ પ્રકારની સુવિધા આપવામાં આવી. આનાથી તેમનો મિત્ર ખૂબ જ ખુશ થઈ ગયો અને બદલામાં તે આગંતુક મિત્રએ રાજાને એક સરસ મજાનો પથ્થર ભેટ આપ્યો. પથ્થર જોઈ રાજા ખુશ થઈ ગયો અને તેમના ખાસ પ્રધાનને બોલાવી તેને આ પથ્થરમાંથી સુંદર મૂર્તિ બનાવવાની કામગીરી સોંપી.

પ્રધાને રાજ્યના સૌથી હોંશિયાર શિલ્પકારને તે જવાબદારી સોંપી. એ શિલ્પકારે ટાકણું-હથોડો વગેરે ઓજારો લઈ મૂર્તિ ઘડવાની શરૂઆત કરી. એક પછી એક એમ કેટલાય ઘા કર્યા પણ પથ્થર તૂટવાનું નામ નહોતો લેતો.

મૂર્તિકારે અંતિમ પ્રયત્ન કરવા હથોડો ઉગામ્યો પરંતુ તેને વિચાર આવ્યો કે આટલા બધા પ્રયત્નો કરવા છતાં પથ્થર તૂટ્યો નથી. તો હવે શું તૂટવાનો..! એમ માની તેણે એ અંતિમ પ્રયત્ન કરવાનું માંડી વાળ્યું અને તે શિલ્પકારએ પ્રધાનને બોલાવીને તે પથ્થર પરત કરી દીધો.

પ્રધાને તે પથ્થર બીજા એક શિલ્પકારને મૂર્તિ બનાવવા આપ્યો. એ મૂર્તિકારે હથોડાનો એક જ ઘા માર્યો અને તે પથ્થર તૂટી ગયો. અને એ શિલ્પકારે પથ્થરમાંથી સુંદર મૂર્તિ ઘડી રાજાને ભેટ આપી.

શિલ્પકારે જે મૂર્તિ બનાવી. તેને જોઈને રાજા ખૂબ જ ખુશ થઈ ગયા. અને તે શિલ્પકારને તેના બદલામાં સો સુવર્ણ મુદ્રાઓનું ઉત્તમ ઈનામ આપવામાં આવ્યું.

પ્રધાને વિચાર્યું કે જો પેલા મૂર્તિકારે વધુ એક પ્રયત્ન કર્યો હોત. તો પથ્થર તૂટી ગયો હોત. અને આ ઈનામનો હકદાર એ શિલ્પકાર બનત.

આમ, મિત્રો આપણે પણ વારંવાર પ્રયત્ન કરીએ છીએ. તેમ છતાં પરિણામ ન મળતા નાસીપાસ થઈ જઈએ છીએ. થાકીને હારી જઈએ છીએ, તેથી પરિણામ મેળવી શકતા નથી. જયારે આપણા કરતા એકાદ પ્રયત્ન વધુ કરનાર વ્યક્તિ તરત જ સફળતા પ્રાપ્ત કરી શકે છે.

૩૬. મિત્રતાનું મોતી

શહેરમાં બે મિત્રો રહેતા હતા. એમનું નામ પાર્થ અને બીજાનું ઉત્સવ હતું. દિવાળીનો સમય હતો. તેમને શહેરની માર્કેટમાં બંને મિત્રોને મીઠાઈની દુકાન હતી. બંને મિત્રો વચ્ચે કેટલીકવાર હરીફાઈ પણ થતી હતી.

એક દિવસે પાર્થે જોયું તો તેની દુકાનમાં રોજ કરતા વધુ ઘરાકી થઈ હતી. બીજા દિવસે પણ એમ જ થયું. તેની ઘરાકી દિવસે દિવસે વધતી જ જતી હતી.

ઘરાકીમાં આવેલી તેજીના કારણે ખૂબ જ ખુશ હતો. તેમ જ આશ્ચર્યચકિત પણ હતો કે મારી દુકાને વધુ ઘરાકી આવે છે. પરંતુ તેને પોતાની દુકાનેથી એક માણસને ઉત્સવની દુકાને ખાતરી કરવા મોકલ્યો. તો તપાસ કરતા માલુમ પડ્યું કે તે દુકાને કેટલાક દિવસથી આવ્યો નથી. કારણ કે તેબીમાર હતો.

પાર્થની દુકાન ધમધોકાર ચાલતી હતી. તેને અનેક ઘણો લાભ થતો હતો. રોજેરોજ તેણે ઘરાકી વધતી જતી હતી. તેને કારણે તેણે પોતાની દુકાનમાં વધુ સમય કામ કરવુ પડતું હતું. પરંતુ સામે તેનો મિત્ર ઉત્સવ હજુ પણ બીમાર હતો. એની દુકાન ખૂલી નહોતી.

આમ ને આમ પંદરથી વીસ દિવસ પોતાના ધંધામાં બહુ જ રૂપિયાનો નફો કર્યો હતો. પરંતુ સામે પોતાનો મિત્ર ઉત્સવ દુકાને ન આવતો હોવાથી પાર્થ એક દિવસ ઉત્સવના ઘરે ગયો. એની ખબર પૂછી અને પછી પરત ફરતી વખતે પાર્થે તેના મિત્ર ઉત્સવના હાથમાં પૈસા ભરેલું પર્સ આપ્યું. ઉત્સવએ પાર્થને પૂછ્યું "દોસ્ત, આ શું છે?" અને તે રૂપિયા કેમ આપ્યા? ત્યારે પાસે જવાબ આપ્યો કે ભાઈ તારી દુકાન બંધ હોવાના કારણે મારી દુકાને ઘરાકી અનેક ઘણી બમણી થઇ ગઇ હતી. ખરેખર એક મિત્ર તરીકે આ નફામાં તારો અધિકાર છે. એટલે હું તને

નફાના કેટલાક પૈસા આપવા આવ્યો છું. અને તારી બીમારીના કારણે હું તને આ ભેટ આપવા માગું છું. તો મારી આ ભેટનો સ્વીકાર કર. અને ભગવાનને પ્રાર્થના કરું કે તું ઝડપથી સાજો થઈ જાય.અને ઝડપથી દુકાને આવી જાય. તારા વગર મને પણ મારી દુકાને ફાવતું નથી. મને મજા આવતી નથી.

પાર્થને જોઈને ઉત્સવની આંખમાં આંસુ આવી ગયા. એ પાર્થને ભેટી પડ્યો. પાર્થ તેને આશ્વાસન આપી ત્યાંથી ચાલ્યો ગયો. અને હું પ્રાર્થના કરું તું બને એટલો ઝડપથી સાજો થઈને દુકાને આવી જાય.

આમ, આપણે પણ આ બંને મિત્રોને પરથી એટલી ખબર પડી કે મિત્રો વચ્ચે કદી હરીફાઈ ના હોય. તેમની મિત્રતાની સુવાસ ચારેકોર ફેલાવા લાગી. સાચે જે સૌનો મિત્ર હોય તે કોઈનો મિત્ર ન હોય. મિત્ર લાખોમાં એક જ હોય છે. જે પોતાના સુખ અને દુઃખમાં કોઈપણ ઘડી હાજર રહેતો હોય છે. આવા મિત્રને કોટી કોટી વંદન.

૩૭. નિસ્વાર્થ પ્રેમ

એક ગામમાં બે મિત્રો સાથે ભણતા હતાં. બંને ભણવામાં ખૂબ જ હોશિયાર હતાં. બંને જોડે ફરવાનું અને ભણવાનું સાથે રાખતા હતાં. બંને એકબીજા વગર જરાય રહેતા ન હતાં. બંને પોતાની અંગત વાતો એકબીજાને કહીને ખુશ થતા હતાં. હવે સમય પસાર થયો અને બંને ભણીને પોતાના જીવન જીવવા માટે નોકરીની શોધમાં ગામથી બહાર નીકળી ગયા. તેમાં એક મિત્ર ભણવામાં થોડો હોશિયાર હતો. તેને નોકરી મળી પણ ગઈ.

સમય સાથે સાથે બંનેની જવાબદારી વધતી ગઈ. જૂનો મિત્ર ધીરે-ધીરે પોતાના કામના કારણે દૂર થઈ ગયો. તે પોતાના કામમાં વ્યસ્ત રહેતો હતો. તેને પોતાના મિત્ર સાથે વાત કરવાનો પણ સમય મળતો ન હતો.

એક વર્ષ પછી બહુ વ્યસ્ત થઈ ગયેલો મિત્ર અચાનક તેના જૂના મિત્રોના ઘરે પહોંચી ગયો. પેલો મિત્ર એને ગળે વળગી પડ્યો. અને તેની આંખોમાં આનંદના કારણે આસું આવી ગયાં. જૂના મિત્રને ગળે મળી તેના આનંદનો કોઈ પાર રહ્યો નહીં. પેલા વ્યસ્ત મિત્રે કહ્યું કે, મને તો એમ હતું કે તું મારાથી નારાજ થઈ જઈશ. મારા પર ગુસ્સો કરીશ. કારણ કે મેં તારો ક્યારેય કોન્ટેક રાખ્યો નહીં. એ વાતને કારણે તું મારા પર ઉશ્કેરાઈ (ગુસ્સે ભરાઈ) જઈશ.

પેલા મિત્રએ કહ્યું કે મિત્ર એક વર્ષ ઓછું છે. તુ દસ વર્ષ થઈ ગયા હોત. તો પણ હું તને આટલા જ પ્રેમથી મળ્યો હોત. આપણા વચ્ચે પ્રેમ મહત્વનો છે. સમય મહત્વનો નથી. તારી જવાબદારી વધી ગઈ છે. માટે તને મળવાનો સમય નથી. તેનો અર્થ એ તો નથી કે મને તારા પ્રત્યે પ્રેમ ઓછો થઈ ગયો. એમ હું માની લઉં. મને તો મારા મનમાં એમ હતું કે મારા મિત્રને મને મળવાનું મન થતું હશે પણ

તેને મારા જોડે આવવાનો સમય નહિ મળતો હોય. તારા વિશે હું ખોટું અનુમાન કેમ કરું? આપણા વચ્ચે જે પ્રેમભાવ છે. તે જ ખૂબ મહત્વનો છે. પછી ભલે ને મળવાનો સમય ના હોય તો પણ કંઇ વાંધો નહિ. આપણે એકબીજા કામના કારણે કેટલોય સમય ભલે દૂર રહીએ પણ પ્રેમથીએકબીજાની નજીક જ છીએ.

આમ, આપણે પણ સમય સાથે બદલાતા કેટલાક મિત્રોની પરિસ્થિતિ વિશે થોડા જાણકાર રહીએ અને સંબંધને વધુ મજબૂત બનાવવામાં સહભાગી બનીએ.

૩૮. ભાઈ બહેનનો પ્રેમ

એક સુંદર મજાનું ગામ હતું. તે ગામમાં એક પરિવાર રહેતો હતો. આ પરિવારમાં માત્ર એક ભાઈ અને તેની બે બહેનો રહેતી હતી. કારણ કે તેમના માતા-પિતા તેમને છોડીને મૃત્યુ પામ્યા હતા. જેથી બે બહેનોની જવાબદારી ભાઈના માથે હતી. તેથી ભાઈએ મા અને બાપ બંનેનો પ્રેમ આપીને બહેનોને મોટી કરી હતી.

તેમાં રાધા મોટી બહેન હતી. તે ખૂબ જ સુંદર હતી. તે ભણવામાં પણ હોશિયાર હતી. તે કોલેજ કરતી હતી. ત્યારે તેને કોઈ પૈસાદારનો છોકરો મનમાં ગમી ગયો. છોકરાના મા બાપે તે છોકરીના ભાઈને મળીને બંનેના લગ્ન કરવાની વાત કરી અને પછી બંને વચ્ચે લગ્ન કરવી લીધા.

ધીરે-ધીરે સમય પસાર થતો ગયો. રાધાના લગ્નને ચારથી પાંચ વર્ષ થઇ ગયા હતા. પરંતુ ભાઈ ક્યારેય તેના ઘરે તેને મળવા ગયો ન હતો. તેને પોતાના મનમાં થતું કે પૈસાદાર માણસના ઘરે જતા પોતાની જાતે શરમ અનુભવતો હતો. તેથી આ વખતે તેની બહેન રાધાએ તેને પોતાના સમ આપીને પોતાના ઘરે આવવા માટે મજબૂર કર્યો.

ભાઈ પોતાની બહેનને મળવા માટે ગયો. બહેનનું આલીશાન મકાન જોઈને તેની અડધી હિંમત ભાગી ગઈ. તે મકાનની બહાર દરવાજા જોડે ચોકીદાર ઊભાં હતા. તે હિંમત કરીને દરવાજા પાસે ગયો. ત્યારે ચોકીદારે તેને ફાટેલા કપડાં જોઈને પૂછ્યું "એ ભાઈ અહી કોનું કામ છે?" ત્યારે પેલા ભાઈએ કહ્યું "જી.. મારી બહેન.. રાધા બહેનનું એમણે મને બોલાવ્યો છે. માટે હું તેમને મળવા માટે આવ્યો છું."

ચોકીદાર તેને અંદર લઈ ગયો. ઘરમાં ફર્શ તેના કારણે મેલી થઈ હતી. ઘરના નોકરોએ પણ તેના કરતાં સારા કપડાં પહેર્યા હતા. નોકરો પણ તેને જોઈ રહ્યા હતા. ભાઈ મનમાં ને મનમાં પસ્તાવો કરી રહ્યો હતો. તે મનમાં વિચારતો હતો કે હું એના કરતાં પણ ખરાબ લાગુ છું. કદાચ મને મારી બહેન મારા પર ગુસ્સો કરશે તો !. ક્યાંક તેને સંકોચ અનુભવતો કે તે પોતાનો ભાઈ માનવામાં ઈનકાર કરશે તો !. મનમાં અનેક પ્રકારના વિચારો થતા હતા.

નોકરે ઘરની માલકીન (રાધા) બહેનને સમાચાર પહોંચાડ્યા. જેવા સમાચાર બેનને મળ્યા કે રાધા દોડતી દોડતી બહાર આવી. તેના કપડાં જોઈને ભાઈ પોતાના પર શરમ અનુભવતો હતો. મોંઘીદાટ રેશમી સાડી અને સોનાના ઘરેણાં પહેરેલા હતા. રાધા ઘરના બધા નોકરોની હાજરીમાં પોતાના મેલા ઘેલા કપડાં પહેરેલાં ભાઈને પગમાં પડી ગઈ. અને કહેવા લાગી કે "ભાઈ મારા ઘરે આવવામાં બહુ રાહ જોવડાવી." "આજે મારા ઘરનું આંગણું પાવન થયું" અને ભાઈની આંખમાંથી હર્ષના આંસુ વહેવા લાગ્યા. રાધાના ભાઇને આવેલો જોઇને તેના પરિવારમાં પણ આનંદ જોવા મળ્યો.

આમ, બહેનના ગમે તે ઘરે તેના લગ્ન થઈ જાય પણ તેને પોતાના ભાઈના પ્રેમમાં કોઈ પણ પ્રકારનો ફરક પડતો નથી. ભાઈ ગમે તેવો ગરીબ કેમ ના હોય? પણ તે બહેન માટે તો સોના બરાબર જ છે. સાચે જ ભાઈ બહેનનો પ્રેમ અનોખો છે.

૩૯. નાની મદદ મોટી સફળતા

એક સમયની વાત છે. ગામમાંથી એક ગરીબ પરિવારનો છોકરો અભ્યાસ કર્યા બાદ નોકરીની શોધમાં સુરતમાં જીવનનો પ્રથમ ઇન્ટરવ્યૂ આપવા માટે નીકળ્યો હતો. ઈડર રેલવેસ્ટેશન પર ગાડી આવી અને શિવ બીજા નંબરના રેલવેના ડબ્બામાં ચઢ્યો. આજે શિવને અમદાવાદમાં કોઈ સારી કંપનીમાં “કંપની મેનેજર”ની જગ્યા માટે ઇન્ટરવ્યૂ આપવાનો હતો.

શિવ એક મહિના પહેલા જ C.A.ની પરીક્ષામાં પાસ થયો હતો. અને આ તેના જીવનનો પહલો ઇન્ટરવ્યૂ હતો. શિવ નીચેના બર્થ ઉપર બેઠો, સામેની સીટ પર કુલી એક માજીને બેસાડીને ચાલ્યો ગયો. માજી ખૂખૂબ અશક્ત લાગતા હતા. ધીમેથી માજી સીટ ઉપર સુઈ ગયા. માંડ હિંમતનગર આવ્યું હશે ને માજી બંધ આંખે બબડવા લાગ્યા. “પાણી, પાણી” શિવે તરત જ ઉભા થઇને માજીના કપાળ ઉપર હાથ મૂક્યો. તો તાવથી માજીનુ શરીર ધખધખતું હતું.

શિવે પાણીની બોટલ ખોલીને માજીને પાણી પીવડાવ્યું અને પૂછ્યું, “માજી તમને બહુ તાવ છે, તમે ક્યાં જવાના છો?” એકદમ ધીમા અવાજે માજીએ કહ્યું “મારી તબિયત સારી નથી રહેતી અને હું ઈલાજ કરાવવા સુરત જાઉં છું. મારો દીકરો વિદેશ રહે છે. પણ એનો એક મિત્ર સુરતમાં રહે છે. એ મને સ્ટેશન પર લેવા આવવાનો છે.” આટલું કહીને માજી બેભાન થઇ ગયા.

શિવને સમજ ન પડી કે હવે શું કરવું? એને માજીના હાથમાં મોબાઈલ હતો. તે લઈને જોયો અને છેલ્લો નંબર કોઈ પાર્થના નામનો હતો. એને કોલ કર્યો પણ પેલા ભાઈએ ફોન ઉપાડ્યો નહિ. એટલી વારમાં અમદાવાદ સ્ટેશન આવી ગયું અને શિવની આસપાસ અને સામે ઉપરના બર્થના પ્રવાસીઓ ઉતરી ગયા. ખૂખૂબ વિચારીને શિવ બેસી રહ્યો. અને મનોમન નક્કી કર્યું કે માજીને સુરત લઇ જવા.

શિવે પોતાનો રૂમાલ કાઢીને ઠંડા પાણીના પોતા માજીના માથે મુક્યા.

ગાડી આગળ ચાલી. ત્યાંજ માજીના મોબાઈલ પર રિંગ વાગી. શિવે ફોન રિસીવ કર્યો તો સામેથી કોઈ ભાઈનો અવાજ આવ્યો. “માજી, હું પાર્થ બોલું છું. ફોન સાઇલેન્ટ પર હતો અને હમણા જ તમારો મિસકોલ જોયો.” શિવે કહ્યું કે, હું એક પેસેન્જર બોલું છું અને માજી બેભાન થઇ ગયા છે. હું એમને લઈને સુરત આવું છું. પાર્થએ કહ્યું “આભાર ભાઈ હું માજીને લેવા સ્ટેશન પર આવી જઈશ.” થોડી વાર થઇ એટલે માજી ભાનમાં આવ્યા અને શિવે કહ્યું “માજી ચિંતા ના કરો, પાર્થનો ફોન આવી ગયો છે. અને હું તમને સુરત સુધી મૂકી આવીશ.” ભીની આંખે માજીએ હાથ ઊંચા કરીને મૂક આશીર્વાદ આપ્યા.

શિવ વિચારતો હતો કે કાલે સવારે ટ્રેન પકડીને પાછો અમદાવાદ નીકળી જઈશ, ઘરે ફોન કરી દીધો કે એક દિવસ મોડું થશે. હું કાલે આવીશ. ટ્રેન સુરત સેન્ટ્રલ આવી ગઇ અને ત્યાં પાર્થ પણ આવી ગયો હતો. શિવે કહ્યું “હું પણ તમારી સાથે માજીને લઈને હોસ્પિટલ આવું છું. આમ, પણ મારે આખી રાત અહિંયા સ્ટેશન પર વીતાવી પડે. એના કરતા તમને મદદરૂપ થઈશ.” માજીને હોસ્પિટલ દાખલ કરીને શિવ રાત રોકાયો અને સવારે ટ્રેન પકડી લીધી.

એક પછી એક સ્ટેશન આવતા ગયા અને અમદાવાદ સ્ટેશન પર ગાડી રોકાઈ. તો શિવ ઉતરી ગયો. અને વિચાર્યું કે આજે કંપનીમાં જઈને બોસને મળી તો લઉં. ઊંઘ ભરેલી આંખે અને ચોળાયેલા કપડાં સાથે શિવ બોસની કેબિનની બહાર બેઠો. અને એના નામની ચિઠ્ઠી તેને કેબિનમાં મોકલી. પાંચ મિનિટ થઇ એટલે બોસે અંદર બોલાવ્યો. અને સામે બેસાડીને કહ્યું,

“આ તમારો જોબ લેટર છે. આવતા મહિનાથી જોબ પર જોડાઈ જાઓ.” શિવને કઈ સમજ ના પડી કે વગર લાગવગે અને વગર ઇન્ટરવ્યૂ એ કેવી રીતે પસંદ થઇ ગયો? બોસે હસતા હસતા કહ્યું, “ડીઅર શિવ, ટ્રેનમાં હું તારી ઉપરની બર્થ પરજ હતો. અને તારી બધી વાતો સાંભળી. અને જે રીતે તે એક અજાણી માજીની મદદ અને સેવા કરી છે તે ખરેખર બિરદાવવા લાયક છે, જે વ્યક્તિ પારકાંની નિસ્વાર્થ ભાવે આટલી મદદ કરે. તે પોતાની કંપનીનું કેટલું ધ્યાન રાખી શકે છે. તે હું જાણું છું. અને મને ખબર હતી કે તું અહિંયા આવીશ જ. એટલે ગઈકાલના તમામ ઉમેદવારને પાછા મોકલી દીધા હતા.” શિવને બે હાથ ઊંચા

કરીને મૂક દુઆ આપતા માજીનો ચેહરો દેખાયો !!

આમ, આપણે પણ કોઈ વ્યક્તિને નિસ્વાર્થ પણે મદદ કરવી જોઈએ. ભલે આપણને કોઈ જોવે કે નહિ. પણ સાચા મનથી કરેલી મદદ અને બીજાને મદદની ભાવના હોય તો તમારું કામ કુદરત (ભગવાન) કરતા હોય છે.

૪૦. સાચી માનવતા

એક રાજ્યમાં ખૂબ જ દયાળુ રાજા રહેતા હતા. તે પ્રજાના દરેક કામને ખૂબ જ ધ્યાનથી કરતા હતા. પણ સમયની સાથે સાથે ઉંમર પણ વધવા લાગી. પરંતુ દુઃખની વાત એ હતી કે હવે તે રાજાના રાજ્યને સાચવે તેવો તેમને કોઈ પુત્ર ન હતો. તેથી રાજાએ પોતાના મંત્રીઓ સાથે ચર્ચા કરી અને આગળ શું કરવું તેની સલાહ માંગી?

ત્યારે કેટલાક મંત્રીઓએ સલાહ આપી કે આપણે એક બાળકને દત્તક લઇએ. તો કેટલાકે સલાહ આપી કે આપણા મંત્રીઓમાંથી કોઈ એક મંત્રીની પસંદગી કરો. કોઈએ કહ્યું કે સારા રાજા માટે સ્પર્ધાનું આયોજન કરો. અને તેમાંથી રાજાની પસંદગી કરો. કેટલાક મંત્રીએ કહ્યું કે, રાજ્યમાંથી કેટલાક માણસોને બોલાવો અને તમને જે યોગ્ય લાગે તેની પસંદગી કરો.

આ સૂચનને રાજાએ પોતાના રાજ્યમાં જાહેર કર્યું કે, રાજા બનવા માટે ઉંમરની કોઈ મર્યાદા નથી. તેમાં દરેક ઉંમરના માણસો આવી શકે છે. આ સાંભળીને કોઈ એક ગામમાં એક ગરીબ કિસાનનો છોકરા જોડે રાજા બનવા માટેના સમાચાર પહોંચ્યા. પરંતુ તેની પરિસ્થિતિ ખૂબ જ ખરાબ હતી. તેને તેના પિતાને આ સમાચાર કહયા. તેમના પિતાએ કહ્યું કે, બેટા તારાથી આ કામ નહીં થઈ શકે. તારે ત્યાં ન જવું જોઈએ. પરંતુ પિતાએ પોતાના દીદીકરાની જીદ જોઈને જવા માટે હા પાડી. અને તેને બીજા દિવસ જવાનું કહ્યું. પરંતુ તેની મોટી સમસ્યા એ હતી કે તેના જોડે સારા કપડાં ન હતા. ફાટેલો શર્ટ અને પેટની હાલત જોઈ. તેને પોતાના ઉપર જે ખૂબ જ ધૃણા થવા લાગી હતી. તેને ખૂબ શરમ આવતી હતી. તે મનમાં વિચારતો હતો કે હું આવા કપડાં પહેરીને રાજાના મહેલે કેવી રીતે જઈ શકીશ.

તેને તેના પિતાને કહ્યું કે મને નવા કપડાં લાવી આપશો. તો તેના પિતાએ કેટલા પૈસા બીજા જોડેથી ઉછીના પાછીના કરીને એક નવું જેકેટ લાવી આપ્યું.

ત્યારબાદ બીજા દિવસે જુના ફાટેલા કપડાં પહેરી તૈયાર થઈ અને તેના પર નવું જેકેટ પહેરીને રાજાને મળવા માટે ગયો. રસ્તામાં જતા જતા તેના મનમાં અલગ-અલગ પ્રશ્નો થતા હતા. કે રાજા કેવા પ્રશ્ન પૂછીશે? શું કહેશે? બોલાશે કે નહીં? આવા વિચાર કરતો કરતો રાજાના રાજ્યમાં દાખલ થયો. ત્યારે રસ્તામાં તેને એક ભિખારી જોયો. શિયાળાનો સમય હતો. તેથી ભિખારીને ખૂબ જ ઠંડી લાગતી હતી. ઠંડીના કારણે તે ભિખારીનું શરીર ખૂબ જ ધ્રુજી રહ્યું હતું. પેલો છોકરો ને જોઇને ભિખારીએ કહ્યું. "તમે મને કંઈક ઓઢવા માટે આપો. મને ઠંડી બહુ લાગે છે. હું ઠંડીમાં મરી જઈશ."

છોકરા જોડે ન તો પૈસા હતા. ન અનાજ હતું. તેના જોડે વધુ કપડા પણ ન હતા. હવે ભિખારીને શું આપવું? તે ખૂબ જ મહત્વનું હતું. તેને થોડો વિચાર કર્યો. અને પોતાના શરીર પર જોયું. તો પિતાએ ઉછીના-પાછીના કરી એક નવું જેકેટ આપ્યું હતું. તેના સિવાય ભિખારીને આપવા માટે કંઈ ન હતું. છોકરાએ તે ભિખારીને પોતાનું નવું જેકેટ આપી દીધું. ત્યારબાદ તે યુવાન રાજાને મળવા માટે આગળ ચાલવા લાગ્યો. રાજાના મહેલમાં પ્રવેશતા તેને રાજાના રૂમમાં મોકલવામાં આવ્યો. પરંતુ રાજા રૂમમાં ન હતાં. પણ થોડીવાર બાદ રાજા આવ્યા અને જોયું તો. તે છોકરાના પગ નીચેથી જમીન સરકી ગઈ. કારણ કે તે છોકરાને જે પહેલા ભિખારી મળ્યો હતો. તે ભિખારી બીજું કોઇ નહિ પણ આ રાજ્યનો રાજા હતો કે જેને પોતાનું નવું જેકેટ આપ્યું હતું.

છોકરાએ રાજા ને પૂછ્યું કે તમે બહાર હતા તે જ ને? તો રાજાએ હા પાડી. ત્યારે રાજાએ તેને કહ્યું કે હું તારાથી બહુ ખુશ થયો છું. મેં જે કામ માટે તને બોલાવ્યો હતો. તે કામમાં તારી પસંદગી થઇ છે. આ રાજ્યનો રાજા હવે તું બનીશ. કારણ કે મેં તારામાં માનવતાના ગુણો જોયા છે. કેમ કે પોતે ઠંડીમાં ધ્રૂજતાં હતો. તેમ છતાં તે ભિખારીને નવું જેકેટ આપ્યું. આવી માનવતા વાળો જ રાજા બની શકે છે.

આપણે પણ આપણા જીવનમાં આશા રાખીએ છીએ. કે બધા આપણને પ્રેમ કરે. બધા આપણને જાણે. પરંતુ શું આપણે બધાને પ્રેમ કરીએ છીએ? જીવનમાં

જો કંઇ બનવું હોય તો સારા માણસ બનો. અને બીજાને મદદ કરો. પૈસા તો આપણા જીવનમાં કમાઈએ છીએ. પણ દુઆ કમાવી ખૂબ જ જરૂરી છે. અને તે આપણને માનવતામાંથી જ મળે છે.

૪૧. હકારાત્મક વિચાર

એક સુંદર મજાનું ગામ હતું. તેમાં બે ખેડૂત રહેતા હતા. તેઓ એકબીજાની નજીક રહેતા હતા. જમીન પણ બંનેની સરખી હતી. પરિસ્થિતિ પણ બંનેની સરખી હતી. અને સંજોગોવશાત બંનેનું મરણ પણ સાથે જ થયું હતું.

હવે મરણ બાદ યમરાજ બંને ખેડૂતોને ભગવાન પાસે લઈ ગયા. ત્યાં બંનેને ભગવાન તેમના વીતેલા જીવન વિશે કેટલાક પ્રશ્નો પૂછવા માગતા હતા. કે તેમના જીવનમાં કેવી અને કઈ કઈ મુશ્કેલી આવી હતી.

ત્યારે પહેલા ખેડૂતને ભગવાનને મળવા માટે બોલાવ્યો. ભગવાને ખેડૂતને પ્રશ્ન કર્યો, કે મેં તને જે જીવન આપ્યું. તે કેવું હતું? તેમાં તને શું ઓછું લાગતું હતું? તેમાં તને શું તકલીફ પડી? અને કદાચ હું તને ફરીથી જો મનુષ્ય અવતાર આપું. તો શું બનવા માંગીશ? અથવા તો તને શું બનાવીને મોકલું?

ખેડૂતે તો એકદમ ગુસ્સામાં આવીને ભગવાનના આગળ પોતાના દુઃખના ડુંગરની વાતો કરવા લાગ્યો. તમે મને જે જીવન આપ્યું. તે એકદમ ખરાબ હતું. તકલીફોથી ભરપૂર હતું. આખું જીવન હું મહેનત કરતો રહ્યો અને હું માત્ર મારા પરિવાર ખાય તેટલું જ કમાતો હતો. હું કોઈ જગ્યાએ ફરવા ન જઈ શક્યો. ના મારી પત્નીને ફરવા લઈ ગયો. ના તો મારા પોતાના માટે કોઈ સુખ સામગ્રી ખરીદી શક્યો. માટે હે ભગવાન ! મારું જીવન ખૂબ જ બેકાર હતું.

થોડા સમય આ વાત સાંભળીને ભગવાન શાંત રહ્યા. ત્યારબાદ ભગવાને તેને પૂછ્યું, તો તારે આગળના જન્મમાં શું બનાવવાની ઇચ્છા છે. તો ખેડૂતે ખુશ થઈને કહ્યું કે ભગવાન "મને એવું જીવન આપો કે કોઈ મારા જોડે કંઈ માંગે નહીં અને બધી દિશાઓમાંથી ધન- પૈસા આવ્યા જ કરે."

ભગવાને કહ્યું "તથાસ્તુ, તો તારી ઈચ્છા પૂર્ણ થાય"

ત્યારબાદ ભગવાન બીજા ખેડૂતને તે જ પ્રશ્નો પૂછે છે. જે પહેલા ખેડૂતે પૂછ્યા હતા. ત્યારે બીજા ખેડૂતે બે હાથ જોડીને ભગવાનના ધન્યવાદ માન્યા. અને કહ્યું કે, તમે મને ખૂબ જ સુંદર જીવન આપ્યું. મને કોઇ તકલીફ ન હોતી. તમે મને હસતો, રમતો પરિવાર આપ્યો. તંદુરસ્તી આપી. તમે મને જમીન આપી. જેમાં હું મહેનત કરીને કમાતો હતો. પણ ભગવાન મારા જીવનમાં એક તકલીફ હતી.

ભગવાને પૂછ્યું, તારા જીવનમાં શું તકલીફ હતી? ખેડૂતે કહ્યું "ભગવાન મારા ઘરના દરવાજા પર જ્યારે કોઈ વ્યક્તિ રોટલો માગવા આવતું હતું. ત્યારે મારા જોડે ન હોવાથી હું તેને રોટલો આપી શકતો ન હતો.અને આ દુઃખ મારા જીવનમાં ખૂબ જ દુઃખદાયક હતું."

ત્યારે ભગવાને કહ્યું, તારી ઈચ્છા શું છે કે આગળ જીવનમાં તું શું બનવા માંગીશ? તને શું બનાવીને મોકલું? ખેડૂતે કહ્યું કે ભગવાન જીવન જે પણ આપો. પણ મારા ઘરે જે પણ આવે તે નિરાશ થઈને પાછો ન જાય આટલું વરદાન મને આપો.

ભગવાને કહ્યું કે "તથાસ્તુ, તારી ઈચ્છા પૂર્ણ થાઓ."

બંનેનો બીજો જન્મ થયો. બંનેનો એક જ ગામમાં જન્મ થયો. ધીમે ધીમે બંને મોટા થવા લાગ્યા. ત્યારબાદ જે પ્રથમ ખેડૂત હતો. કે જેને ભગવાન પાસે ધનની માગણી કરી હતી. તે તે જ ગામમાં એક મોટો "ભિખારી" બની ગયો. અને બીજો ખેડૂત જેને માંગ્યું હતું કે મારા ઘરના દરવાજાથી કોઈ નિરાશ ન જાય તે વ્યક્તિ તે ગામમાં સૌથી "પૈસાદાર" વ્યક્તિ બન્યો.

જીવન એક સરખું હોઈ શકે છે. તકલીફ એક સરખી હોઇ શકે છે. પણ તેમાં ખુશ કેવી રીતે રહેવું તે તમારા પર નિર્ભર કરે છે. દરેક પરિસ્થિતિમાં બે રસ્તા હોય છે હકારાત્મક અને નકારાત્મક. તમે કયો રસ્તો પસંદ કરો છો? તે તમારા પર આધાર રાખે છે.

૪૨. સમયનું મૂલ્ય

એક ગામમાં અલગ-અલગ સમાજના માણસો રહેતા હતા. તેમાં મદારી સમાજ પણ હતો. તેમાં એક અભણ મદારી હતો. એક વખત રસ્તામાંથી તેને એક ચળકતો પથ્થર મળ્યો. અને તેને તે ચળકતો પથ્થર વાંદરાના ગળામાં પહેરાવી દીધો. એ જ્યારે જ્યારે પણ અલગ અલગ ગામમાં જતો હતો અને ખેલ કરતો હતો. ત્યારે વાંદરાના ગળામાં લટકતાં તે પથ્થર જોઇને નાના બાળકો ખૂબ જ ખુશ થઇ જતા હતા.

એક વખતે તે મદારી બજારમાં ખેલ કરી રહ્યો હતો. ત્યારે એક વેપારીની નજર વાંદરા પર પડી. વેપારીએ એના ગળામાં લટકતો પથ્થર જોયો અને ચોંકી ઉઠ્યો. કારણ કે એ પથ્થર ન હોતો પરંતુ કરોડો રૂપિયાનો હીરો હતો. વેપારી મદારી પાસે ગયો અને તે પથ્થર માંગ્યો. મદારીએ વેપારીને પથ્થરના પાંચસો રૂપિયા કહ્યાં. પણ વેપારી બહુ લોભી અને લાલચુ હતો. એણે ત્રણસો રૂપિયામાં પથ્થર માંગ્યો. મદારીએ ભાવ ઓછો ના કર્યો. વેપારીએ એવું વિચાર્યું કે હમણાં મને પાછો બોલાવીને હીરો આપી દેશે. પરંતુ મદારીએ તે વેપારીને પાછો બોલાવ્યો નહી. વેપારી મનમાં વિચારતો હતો કે મદારી બજારમાં જઈને એક આંટો મારીને આવશે એટલે મને બોલાવશે. મદારી તો બજારમાં ચાલી નીકળ્યો. થોડીવારે આવીને જુએ છે. તો પેલા વાંદરાના ગળામાં હીરો નહોતો.

વેપારીને ખૂબ જ આઘાત લાગ્યો અને મદારીને પૂછ્યું. ત્યારે મદારીએ જવાબ આપ્યો કે તમારા જેવા એક વેપારીએ બે હજાર રૂપિયામાં એ પથ્થર માંગ્યો. એટલે મેં આપી દીધો. મદારીની વાત સાંભળી વેપારીના પગ તળેથી જમીન સરકી ગઈ. એ જોરથી બૂમો પાડવા લાગ્યો. 'અરે ! ગાન્ડા, અરે ! મૂર્ખા, હજાર રૂપિયામાં અપાતો હશે. એ કરોડો રૂપિયાનો હીરો હતો.

મદારી એ કહ્યું કે "શેઠ શાંત થાવ" મને તો વધારે રૂપિયા મળતા હતા. એટલે મેં આપી દીધો. કારણકે મને ખબર નથી કે તે હીરો છે. તેની કિંમત કરોડો રૂપિયા છે. પણ તમને તો ખબર હતી કે તે હીરો છે. તો પાંચસો રૂપિયામાં કેમ ના લીધો. "શેઠ મૂર્ખ હું નહિ તમે છો." તમે સમયનો સદ્ઉપયોગ કરી ન શક્યા. તમે સમયને ઓળખી ન શક્યા. આટલું બોલીને મદારી વેપારી જોડેથી ચાલતો થયો. મદારીના ગયા પછી વેપારને ખૂબ જ દુઃખ લાગ્યું.

આપણા જીવનમાં પણ સમયનો ખૂબ જ મહત્વ છે. સમય હીરો છે અને આપણે સૌ પેલા વેપારી જેવા છીએ. આપણે સૌને એની કિંમત ખબર છે. છતાં કોણ જાણે આપણે સમયરૂપી હીરાનો ઉપયોગ કરી શકતા નથી અને સમયને વેડફી રહ્યા છે.

૪૩. શ્રેષ્ઠ વિચાર

એક ગામમાં નાનો પરિવાર રહેતો હતો. આ પરિવાર પોતાનું ગુજરાન ચલાવવા માટે નાનું સરખું લોખંડનું કારખાનું ચલાવતો હતો. આ પરિવારમાં એક બાળક પણ હતું. જે પોતાના પિતા સાથે કારખાનામાં જતો હતો. એક દિવસ તેને પોતાના પિતાને એક પ્રશ્ન કર્યો. પિતાજી માણસના જીવનની સાચી કિંમત શું હોય? ત્યારે તેના પિતા વિચારવા લાગ્યા કે કેવો અજીબ પ્રશ્ન પૂછ્યો છે? પરંતુ પોતાના દીકરાએ પ્રશ્ન પૂછો હોવાથી તેનો જવાબ પણ આપવો ખૂબ જરૂરી હતો. તેમણે કહ્યું કે દીકરા બધા જ મનુષ્યનું જીવન અણમોલ હોય છે. મહાન હોય છે. બધાનું જીવન ખૂબ જ કિંમતી છે. ત્યારે બાળકે પિતાને કહ્યું કે પિતાજી બધાના જીવનમાં બધુ અલગ અલગ કેમ હોય છે? કોઈક પૈસાદાર? કોઈક ગરીબ? કોઈકને વધુ માન મળે? તો કોઈકને અપમાન મળતું હોય છે? કોઈનું જીવન સુખથી પસાર થઈ જાય. તો કોઈના જીવનમાં પુષ્કળ પ્રમાણમાં દુઃખ જોવા મળે છે.

પિતા પોતાના દીકરાનો પ્રશ્ન સાંભળીને થોડીવાર નવાઈ પામીને તેને જોઈ રહે છે. તેનો પ્રશ્ન પણ યોગ્ય જ હતો. માટે પોતાના દીકરા જવાબ આપવો પડે તેમ હતો. ત્યારે પિતાએ તેને સમજાવવા માટે કહ્યું કે, બેટા જા અંદર ગોડાઉનમાં લોખંડનો મોટો ટૂકડો પડ્યો છે. તે લઈને આવ. દીકરો ગોડાઉનમાં જઈને લોખંડનો મોટો ટૂકડો લઈને આવ્યો. ત્યારે તેના પિતાએ દીકરાને પ્રશ્ન કર્યો કે બેટા, આ લોખંડના ટૂકડાની કિંમત કેટલી હશે? ત્યારે છોકરો વિચારીને કહ્યું કે પિતાજી આની કિંમત લગભગ ત્રણસો કે ચારસો રૂપિયા હશે. પિતાએ કહ્યું કે ઠીક છે બેટા. તો આ ટુકડામાંથી નાની-નાની ખીલીઓ બનાવીએ તો તેની કિંમત કેટલી હશે. તો છોકરા વિચારીને કહ્યું કે કદાચ આની કિંમત હજાર રૂપિયા કરતાં

પણ વધુ હશે. ત્યારે પિતાજીએ કહ્યું કે બેટા આ લોખંડના ટુકડામાંથી ઘડિયાળની સ્પ્રિંગ બનાવવામાં આવે તો તેની કિંમત કેટલી હશે? તો બાળક શાંત મને વિચાર્યું અને કહે કે પિતાજી તેની કિંમત તો બહુ વધી જશે.

આમ, મનુષ્યની કિંમત પણ આવી જ છે. તે કેવું વિચારે છે? તે કેવું કામ કરે છે? તેના પર આધાર રાખે છે. તમારા વિચારો જ તમારી કિંમત નક્કી કરતા હોય છે. જેવા વિચારો તેવાં કાર્યો થતા હોય છે. પોતાની જાતને બીજાથી ઉતરતી ન ગણો. પોતાની જાતને શ્રેષ્ઠ ગણો.

૪૪. સુખી જીવનની ચાવી

એક શહેરમાં એક સુખી કુટુંબ રહેતું હતું. તેમાં ત્રણ જણનો પરિવાર હતો. તેવામાં પિતા ઓફિસમાં કામ કરે અને માતા પ્રાઈવેટ શાળામાં શિક્ષિકા તરીકે નોકરી કરતી હતી. તેમને એક બાળક હતું.

શાળામાં પરીક્ષાનો સમય હતો. તે શિક્ષિકા શાળાના પેપર તપાસવા માટે ઘરે લાવી હતી. તે બાળકોના પેપર તપાસ કરવા બેઠી હતી. તેમના જોડે તેના પતિ પણ બેઠેલા હતા. તે તેમના ફોનમાં કંઈક કરી રહ્યા હતા. તેવા સમયે પેપર તપાસતા તપાસતા તે સ્ત્રીની આંખમાં અચાનક આંસુ આવી ગયા. તેના પતિએ તેને પૂછ્યું "તું કેમ રડે છે?" ત્યારે તેણે કહ્યું કે પરીક્ષમાં પ્રશ્ન પૂછ્યો હતો. "મારી ઈચ્છા" તેના પર દસથી બાર વાક્યો લખવાના હતા. ત્યારે મારા પતિએ મોબાઈલમાં નજર રાખીને પૂછ્યું, "તેમાં રોવા જેવી કઈ બાબત છે?"

ત્યારે સ્ત્રીએ પોતાની આંખો સાફ કરતાં કહ્યું કે, હું તમને તે વાંચીને સંભળાવું છું. કે તે બાળકે શું લખ્યું છે. મારા માતા- પિતા પોતાના મોબાઈલ ફોનને વધુ પ્રેમ કરે છે. તે મોબાઈલની એટલી બધી ચિંતા, સાવચેતી રાખે છે કે મારા સામે જોવાનો સમય પણ મળતો નથી. અને મને ભૂલી જાય છે. મારા પિતા જ્યારે સાંજે ઓફિસથી ઘરે આવે છે. ત્યારે થાકેલા હોય છે પણ તેમને મોબાઈલ માટે સમય હોય છે પણ મારા માટે નહીં.

જ્યારે પણ મારા મમ્મ- પપ્પા કામમાં બહુ જ વ્યસ્ત હોય છે. ત્યારે તેમના મોબાઈલમાં રીંગ વાગે છે કે તરત જ તે મોબાઈલ લઈને સામેવાળાને જવાબ આપે છે. પણ તે મારી વાતનો ક્યારેય પણ જવાબ આપતા નથી. તે તેમના મોબાઈલમાં ગેમ રમે છે. પણ મારી સાથે ક્યારેય ગેમ રમતા નથી. જ્યારે તે ફોન પર બીજા જોડે વાત કરે છે. ત્યારે મારી તે વાત પણ સાંભળતા નથી. પછી

તે ગમે તેટલી જ જરૂરી હોય તો પણ નહીં. માટે મારી ઈચ્છા છે કે "હું મોબાઈલ બનીને તેમના જોડે રહું."

આ સાંભળીને તેના પતિની પણ આંખોમાં આંસુ આવી ગયા. ત્યારે પૂછ્યું કે આ બાળકનનું નામ શું છે? ત્યારે એણે કહ્યું કે "આ આપણાં દીકરાએ જ લખેલું છે."

આપણે પણ સાંસારિક વસ્તુઓ માટે આપના પરિવારને ગુમાવવો નહીં. તે પછી મોબાઈલ હોય કે જમીન. આપણે કેટલી વાર મોબાઈલ અને જમીન માટે આપના પરિવારને દૂર કરીએ છીએ. મોબાઈલ આપણા જીવનમાં સુવિધા માટે છે પણ આપણે હાલ તેના ગુલામ બની ગયા છે. હજુ પણ સમય છે. પોતાના પરિવારમાં પાછા ફરવાનો. પહેલા પણ ઈન્ટરનેટ કે મોબાઈલ ન હતો તો પણ જીવન હતું.

થોડો સમય મોબાઈલ દૂર કરીને આપણે આપણા બાળકો, પત્ની, માતા-પિતા, ભાઈઓ અને મિત્રો સાથે વાત કરીને સમય પસાર કરીએ.

૪૫. સમસ્યા ઉકેલ

એક શહેરમાં એક યુવાનને સમસ્યા હતી. તે પોતાની સમસ્યાનું નિવારણ કરવા માટે પોતાના ગુરુજી પાસે ગયો. તેને પોતાની વાત શાંતિથી ગુરુજીને કહી. ત્યારબાદ ગુરુજી ઊભા થઈને પાણીનો ગ્લાસ લઈને આવ્યા. ત્યારે પેલા યુવાને તે ગ્લાસમાં શરબત સમજીને પીવા લાગ્યો.પરંતુ જેવો પાણીના ગ્લાસનું થોડું પાણી મોઢામાં ગયું કે તરત તેનું મોઢું બગડી ગયું. અને ગુરુજીને કહ્યું કે. ગુરુદેવ તમે મારી સાથે કેવી મજાક કરો છો. કોઈને પીવા માટે ખારું પાણી અપાતું હશે. ત્યારબાદ ગુરુજી તે યુવાનને લઈને પોતાના નિવાસથી બહુ દૂર એક મોટા સરોવર જોડે લઈને ગયા. ત્યાં જઈને પોતાની સાથે લાવેલ મીઠાની એક થેલી તે સરોવરમાં નાખી. આ બધી ઘટના પેલો યુવાન જોઈ રહ્યો. થોડા સમય પછી ગુરુજીએ તે યુવાનને કહ્યું કે, હવે આ સરોવરનું પાણી પીવા કહ્યું. ત્યારે તે યુવાને સરોવરનું પાણી પીધું. તો સ્વાદિષ્ટ હતું. તેમાં થોડી પણ ખારાશ હતી નહીં. ત્યારે ગુરુજીએ પેલા યુવાને કહ્યું કે, આપણી સમસ્યા પણ આવી છે. આપણે નાની સમસ્યાને પણ જેવી રીતે વિચારીએ છીએ. તેવી સમસ્યા થાય છે. આપણે જ્યારે ગ્લાસના પાણીમાં એ સમસ્યાને મીઠા રૂપે જોઈએ તો ભરચક લાગી. અને તે સમસ્યાને સરોવરમાં જોવા માટે પ્રયત્ન કર્યો. તો કોઈ અસર જોવા મળી નહીં. માટે આપણે પણ આપણા વિચારો આપણી સમસ્યાને સરોવરના જેવી બનાવીએ. જેના કારણે આપણે સમસ્યાનો ઝડપથી ઉકેલ મેળવી શકીએ છીએ.

મિત્રો, દરેકના જીવનમાં સમસ્યા હોય છે. સમસ્યા વિનાનું જીવન શક્ય નથી. પરંતુ આપણે પણ ગ્લાસના જેવા નાના વિચારો કે સરોવર જેવા વિશાળ વિચારોવાળા બનવું તે આપણા પર આધાર રાખે છે.

૪૬. આત્મસંતોષ પરમ સુખ

એક પરિવાર ચોમાસાની ઋતુમાં પોતાના ઘરના સભ્યોને લઈને કોઈ જંગલમાં પિકનિક મનાવવા માટે ગયા. ઘરના તમામ સભ્યોએ દિવસનું જમવાનું સાથે લઈ લીધું. પોતાની ગાડી લઈને પોતાની નક્કી કરેલી જગ્યાએ પહોંચી ગયા. ત્યાં એક બાજુ પોતાની ગાડી પાર્ક કરીને પોતાના બે બાળકો અને પત્ની સાથે જંગલમાં ફરવા ગયા. થોડાક દૂર થયા ત્યાં નાનું બાળક કે જેની ઉંમર પાંચ વર્ષની હશે. તે લપસણીની જગ્યા પર લપસી પડયો.

આ નાનું બાળક લપસી પડવાથી તેના હાથે અને પગના ઘૂંટણ પણ સામાન્ય લોહી આવ્યું. તે બાળક ખૂબ જ રડવા લાગ્યો. તેના કપડા માટીના ગરાવાળા થઈ ગયા. તેને તેના પિતાએ ખૂબ સમજાવ્યો. પણ તે માન્યો નહિ અને રડવાનું ખૂબ જ ચાલું રાખ્યું. તેની માતાએ પણ સમજાવ્યો પણ કોઈની વાત માની નહીં. ત્યારે તેના માતા-પિતા તેને રડતો લઈને આગળ ચાલ્યા. થોડાક જ આગળ ગયા હશે. ત્યારે આ બાળકનો મોટો ભાઈ અચાનક લપસણીમાં માટી આવવાથી તે પણ નીચે પડી ગયો. અને તેના કપડાં ખૂબ જ માટીવાળા થઈ ગયા. હવે આ નાનું બાળક તેના મોટા ભાઈને પડવાથી તેની જાતે ખૂબ જ હસવા લાગ્યો. કે જે થોડા સમય પહેલા તેના માતા-પિતાના સમજાવાથી પણ સમજ્યો નહીં. તે તેના મોટાભાઈના પડવાથી ખડખડાટ હસવા લાગ્યો.

નાનું બાળક તેના પિતાનો હાથ પકડીને ચાલવા લાગ્યો. અને તે તેના પિતાને કહે કે, પપ્પા ભાઈના કપડા કેવા મેલા અને કાદવવાળા થઈ ગયા? ખૂબ મજા આવી ગઈને પાપા.

મિત્રો, આપે પણ કંઈક આજ રીતે પોતાની જાતને દુઃખી માનતા હોઈએ છીએ. કોઈકવાર બીજાનું સુખ આપણને વધુ દુઃખી કરતું હોય છે. આપણે પોતાની

જાતને વધુ દુઃખી માનીએ છીએ. આપણે બીજાની સગવડો, પ્રાથમિક જરૂરિયાતો અને તેની રહેણીકરણીથી વધુ દુઃખી થઈએ છીએ. પરંતુ આપણા જોડે કેટલીય વસ્તુઓ હોય છે. તેને સુખ માનતા નથી અને વધુ દુઃખી થઈએ છીએ.

૪૭. પિતાની સલાહ

એક સમયે પિતા અને પુત્ર પોતાના ઘરના બગીચામાં કામ કરી રહ્યા હતા. થોડો સમય કામ કર્યા પછી પિતાને વિચાર આવ્યો કે હું મારા પુત્રને કંઈક સારું કામ શીખવું. તો પિતાએ પોતાના પુત્રને કહ્યું કે બેટા,આજે આ બગીચામાં કઈ રીતે છોડવા વાવવા, તેનું જતન કરવું, તેને કેવી રીતે પાણી પીવડાવવું, તેમાં નીંદણ કેવી રીતે દૂર કરવું. આ સાંભળીને બાળક બહુ જ ખુશ થઈ ગયો. નાનું બાળક તેના પિતાને મદદ કરવા લાગ્યો. તે દોડીને પાઈપ લાવ્યો. છોડવાને પાણી પાવા લાગ્યો. તે બાળકે જે પણ કામ થઈ શકે તે બધું કરવા લાગ્યો.

પણ તે સમયે પિતાને લાગ્યું કે મારું બાળક આ કામમાં કંઈક નવું શીખી શકે તેમ નથી. તો તેમણે પોતાના જોડે બોલાવ્યો અને કહ્યું કે, બેટા સામે પેલા દૂર બગીચામાં જો, ત્યાં પથ્થર પડ્યો છે. તેને એકબાજુ કરવાનો છે. તે પથ્થર એકબાજુ કરીને ત્યાંથી માટી બહાર કાઢવાની છે. અને આપણે ત્યાં એક છોડ વાવવાનો છે. બાળક ખૂબ જ ખુશ થઈ ગયો. અને દોડતો ત્યાં ગયો. પિતાએ કહ્યું તે પથ્થરને દૂર કરવા માટે ધક્કો મારવા લાગ્યો. પણ પથ્થર તેનાથી દૂર થયો નહી. કારણ કે પથ્થર કદમાં મોટો અને વજનમાં ભારે હતો. તે દોડતો દોડતો પિતા જોડે ગયો. અને કહ્યું કે પિતાજી તમે મને બહુ મોટું કામ આપ્યું છે. પથ્થર બહુ ભારે છે. તો પિતાએ કહ્યું કે, બેટા ! આ પથ્થર તારે જ દૂર કરવાનો છે. આ તારા માટે પિતા તરફથી ચેલેન્જ છે. તારે ચેલેન્જ પૂરી કરવી પડશે. તારે આ કામમાં કોઈની જરૂર પડે તો કહેવાનું. મદદ જોઈએ તો બોલાવી શકે છે.

બાળક ખૂબ જ ખુશ થઈ ગયું. અને તે પિતાની ચેલેન્જ જીતવા માટે દોડીને પથ્થરને ધક્કો મારવા, તેને દૂર કરવા માટે ખૂબ જ પ્રયત્ન કર્યો. પણ તેનાથી તે કામ થઈ શક્યું નહીં. તો પછી તે માટીમાં બેસી ગયો. અને જોરદાર ઊંચા

અવાજથી રડવા લાગ્યો. નીચે માટીમાં બેસી ગયો અને તેમાં આળોટવા લાગ્યો. તે બાળકની આંખોમાંથી આંસુ વહેવા લાગ્યા. અને "મમ્મી મમ્મી" એમ બૂમો પાડવા લાગ્યો. અવાજ સાંભળીને તેના પિતાજી દોડીને તેની પાસે આવ્યા અને જોયું તો બધું બરાબર હતું. ત્યારે પિતાએ તેને પૂછ્યું કે શું થયું છે બેટા? કેમ બૂમો પાડે છે? ત્યારે કહ્યું કે પિતાજી તમે મને બહુ મોટું કામ આપ્યું છે. તમારે મને આવુ કામ ના આપવું જોઈએ હું તો બહુ નનું બાળક છું.

ત્યારે પિતાએ તેને કહ્યું કે બેટા, હું તને કહ્યું હતું કે તારે બધા જ પ્રયત્ન કરવાના. જે પણ જોઈએ તે કરવાનુ. ત્યારે બાળકે કહ્યું કે, પિતાજી હું બધા જ પ્રયત્નો કર્યા. પણ આ પથ્થર દૂર ન થઈ શક્યો. પિતાએ કહ્યું કે બેટા તે બધા જ પ્રયત્નો કર્યા પણ એક છેલ્લો પ્રયત્ન જ ના કર્યો. તો બાળકે કહ્યું, પિતાજી મેં બધા જ પ્રયત્નો પૂરેપૂરા કર્યા છે.

પિતાજીએ કહ્યું કે, બેટા તે ભલે બધા પ્રયત્નો કર્યા.પણ તે મને યાદ ના કર્યો, તે મને પોકાર ના કર્યો. તે મને મદદ કરવા માટે બોલાવ્યો નહીં. જો તે મને બોલાવ્યો હોત તો આ પથ્થર દૂર થઈ જાત.

આમ, જીવનમાં ગમે ત્યારે કોઈપણ તકલીફ આવી પડે. તો પહેલા પિતાને યાદ કરો. આપણે કેટલીક વાર આપણા જીવનમાં તેમને યાદ કરવાનું ભૂલી જઈએ છીએ. પિતાએ તેમનું આખું જીવન આપણા માટે પસાર કરી લીધું છે. કોઈવાર પિતા આપણને મદદ ના કરી શકે તો પણ કોઈક સલાહ વડે પણ આપણને આનંદમય જીવન બનાવી આપે છે. જીવનમાં કદી પણ પિતાને ના ભૂલશો. તમે કોઈ પણ ઉચ્ચ હોદ્દા પર હોય કે ગમે તે પરિસ્થિતિમાં હોય પિતા જેવા કોઈ સલાહકાર ના હોઈ શકે.

૪૮. સંબંધનું મહત્વ

એક વખતે ગૌતમ બુદ્ધ સભાને સંબોધન કરવા આવ્યા હતા. તે સમયે તેમના હાથમાં એક મોટો રૂમાલ હતો. તે પોતાના આસન પર બેસીને સભાને સંબોધિત કરવાને બદલે તે પોતાના જોડે જે રૂમાલ હતો, તે રૂમાલમાં ગાંઠો મારવા લાગ્યા. તે કંઈ બોલે નહિ. તેથી સભામાં આવેલ તમામ શ્રોતાઓને નવાઈ લાગી. અને તેમને જોઈ રહ્યાં કે ગૌતમ બુધ્ધ આ શું કરે છે?

ત્યારે બુદ્ધે પોતાના રૂમાલને સાત-આઠ ગાંઠો માર્યા પછી તેમને શ્રોતાઓને પૂછ્યું કે, આ એ જ રૂમાલ છે કે જ્યારે હું આવ્યો ત્યારે હતો કે તેમાં કોઈ ફેરફાર થયો છે? એક શ્રોતા ઊભા થઈને કહ્યું કે રૂમાલ તો એ જ છે. પણ તેનું સ્વરૂપ બદલાઈ ગયું છે. બુદ્ધે કહ્યું કે હા, તમારી વાત બરાબર છે. પણ શું હું ઈચ્છું તો આ રૂમાલ પહેલા જેવો થઈ શકે? શ્રોતાએ કહ્યું, પ્રભુ ! હા, તે પણ શક્ય છે. પણ બસ રૂમાલની બધી જ ગાંઠો છોડી દેવી પડે. એમ કરતાં રૂમાલ પહેલાં જેવો હતો તેવો થઈ જશે.

બુદ્ધે કહ્યું કે તમારી વાત પણ બરાબર છે. હવે મારે આ રૂમાલની ગાંઠ છોડવી છે. તો હું મારા રૂમાલ બંને છેડા પકડીને ખેચું તો રૂમાલની ગાંઠો છોડી શકાય કે નહીં? એક ભક્તે કહ્યું, ત્યારે પ્રભુ રૂમાલની ગાંઠ વધુ મજબૂત થશે. અને ખોલવી પણ ખૂબ જ મુશ્કેલ થશે. તો પછી આ ગાંઠો ખોલવાનો ઉપાય શું? એક સંન્યાસી ઊભા થઈને કહ્યું કે, ભગવાન આ માટે તો પહેલા રૂમાલ લઈને તેને બહુ નજીકથી જોવું પડશે. કે આપણે તે ગાંઠો કેવી રીતે મારી છે. કારણ કે ગાંઠો કેવી રીતે વાળી છે, તેની ખબર ન પડે ત્યાં સુધી ગાંઠો છૂટશે જ નહિ અને વધુ મજબૂત થશે.

ભગવાન બુદ્ધે તમામ સભાજનોને કહ્યું કે બસ, મારે આ જ કહેવું છે કે કેટલાક સંબંધોમાં પડેલી ગાંઠને પણ આ જ રીતે છોડવી જોઈએ. મિત્રો, ઘણીવાર

સંબંધોમાં ગેરસમજના કારણે ગાંઠો પડે છે. અને પછી આપણે તેમને સમજ્યાં વગર ખેંચીએ છીએ. અને તેના કારણે સંબંધો સારા થવાની જગ્યાએ વધુ ખરાબ બનતા જાય છે. આ રૂમાલના ગાંઠની જેમ નજીક જઈને છોડવાનો પ્રયત્ન કરીએ તો ગાંઠ છૂટી જાય છે. અને આપણો સંબંધ પહેલાની જેમ સારો થઈ જાય છે.

આમ, આપણે પણ જો કોઈના જોડે સંબંધો બગડયા હોય તો દૂર નહીં, પણ નજીક જઈને તે સંબંધોને સુધારવા જોઈએ. સંબંધો સાચવજો તે આપણને કોઈકવાર મદદરૂપ થશે.

૪૯. વિનમ્ર બનો

એક નગરમાં એક આશ્રમમાં એક સાધુ સંત રહેતા હતા. તેમના જોડે ઘણા શિષ્યો અભ્યાસ કરતા હતા. તે પોતાના ધર્મ અને જ્ઞાનની વાતો માટે લોકોને ખૂબ જ સરળતાથી સમજાવતા હતા. દૂરથી લોકો તેમની વાતો સાંભળવા માટે આવતા હતા. તે સંત બધા લોકોનું વાતવાતમાં સમસ્યાનું સમાધાન કરી આપતા હતા.

તે એક દિવસ ખૂબ જ બીમાર થઈ ગયા. તેમને લાગ્યું કે મારું મરણ ખૂબ જ નજીક છે. તેથી તેમણે તેમના બધા શિષ્યોને પોતાની પાસે બોલાવ્યા. અને કહ્યું કે "હવે મારા મૃત્યુ સમયે ખૂબ જ નજીક આવી ગયો છે. હવે હું તમને મારા જીવનનો અમૂલ્ય સંદેશ આપવા માગું છું." બધા શિષ્યો તેને ધ્યાનથી સાંભળી રહ્યા હતા. તેમના શિષ્યોને કહ્યું કે, "જરા મારા મોંમાં ધ્યાનથી જુઓ. તેમાં જીભ છે કે નહીં?"

એક શિષ્યએ અંદર જોયું અને કહ્યું કે "ગુરુજી જીભ તો છે."

ત્યારે ગુરુજીએ બીજા એક શિષ્યને પ્રશ્ન કર્યો અને કહ્યું કે "મારા મોંમાં દાંત છે કે નહીં?"

શિષ્યએ ગુરુજીને કહ્યું કે, "તમારા મોંમાં દાંત નથી."

ત્યારે ગુરુજીએ શિષ્યોને પૂછ્યું કે "સૌથી પહેલા દાંત આવ્યા હતા કે જીભ?"

ત્યારે શિષ્યોએ કહ્યું કે "ગુરુજી જીભ આવી હતી."

સંતે પછી એ પૂછ્યું કે, જીભ તો દાંત પહેલા કરતા મોટી છે તો પણ હવે જોવા મળે છે પરંતુ જીભથી દાંત ઉંમરમાં નાના હતા તો પણ કેમ જલદી પડી ગયા આ પ્રશ્ન સાંભળીને એકબીજા સામે જોવા લાગ્યા. કોઈપણ શિષ્યનો ગુરુજીના પ્રશ્નોનો જવાબ ન હતો.

ત્યારે ગુરુદેવે સમજાવ્યું કે, "જીભ સરળ અને કોમળ છે. માટે તે અત્યાર સુધી લાંબુ ટકી રહી છે. જ્યારે દાંત ક્રૂર અને કઠોર હતા. એટલે તેઓ જલદી નાશ પામ્યા. તમે પણ જીભ જેવા સરળ અને કોમળ બનો. નહીં કે દાંત જેવા કઠોર."

આટલો સંદેશ આપીને સંત (ગુરુદેવ) હંમેશને માટે આંખો બંધ કરી દીધી.

આમ, કેટલાક લોકોનો વ્યવહાર ખૂબ જ કડક અને કઠોર હોય છે. નાની નાની વાતો પર પણ ખૂબ જ ગુસ્સે થઈ જાય છે. અને સમજ્યા વિચાર્યા વગર નાના-મોટા આગળ કંઈ પણ બોલી દે છે. લાંબા સમયે આવા કઠોર લોકોને કોઈ યાદ કે પસંદ પણ કરતું નથી. અને જે લોકો બધા સાથે મળીને રહે છે. તેઓ બધાને પ્રિય અને લાંબા સમય સુધી યાદ રહે છે.

૫૦. વિશ્વાસનું પર્યાય મિત્ર

પ્રાચીન સમયની વાત છે. એક નગરમાં બાદશાહ રાજ કરતા હતા. તેના નગરમાં કોઈ એક સમયે ફકીર આવ્યો અને તેને રાજાના દરબારમાં પ્રવેશ કર્યો. અને તેની મુલાકાત સંજોગોવશાત્ રાજા સાથે થઈ. તેની મુલાકાતથી રાજા ખૂબ જ પ્રભાવિત થયા. તે ફકીરની વાતો ધર્મ અને લોકોને સુખી કરવા માટેની હતી. તેથી રાજા ખૂબ જ તેના પર ખુશ થઈ ગયા. અને તે ફકીરને પોતાના નગરમાં પોતાની સાથે રાખી લીધો.

તે ફકીરને રાજાએ પોતાના મહેલમાં એક રૂમ આપવામાં આવ્યો. તેમાં બધી જ સુખ-સુવિધાઓ આપવામાં આવી. હવે તે ફકીર કાયમ રાજા જ્યાં પણ જાય ત્યાં તેમની સાથે જતો હતો. અને રાજાને જ્યારે પણ કોઈ સલાહ જોઈતી હોય. ત્યારે રાજા તેને પૂછીને જ પોતાનું કામ કરતો હતો.

એક દિવસ રાજા અને ફકીર બંને શિકારની શોધમાં ગાઢ જંગલમાં પહોંચી ગયા. પરંતુ આગળ જતા બંને રસ્તો ભૂલી ગયા. આમ-તેમ ખૂબ ફર્યા. પણ રસ્તો મળ્યો જ નહી. સમય પસાર થવા લાગ્યો અને બન્નેની હાલત ભૂખના કારણે ખૂબ જ ખરાબ થઈ ગઈ હતી. આમ-તેમ ખોરાક શોધવા લાગ્યા. તેવામાં દૂરથી રાજાને એક ફળ જોવા મળ્યું. તે ઝડપથી ફકીર રાજા માટે દોડીને ફળ લઈ આવ્યો. અને તે ફળના કુલ આઠ (૮) ટુકડા કર્યા. પહેલો ટુકડો રાજાએ ફકીરને ખાવા માટે આપ્યો. ફકીરે પહેલો ટુકડો ખાતા જ તેને રાજાને કહ્યું કે આ ફળ તો ખૂબ જ સ્વાદિષ્ટ છે. મને હજી પણ આ ફળના ટુકડા આપો.આમ કરીને એક પછી એક બાકી રહેલા બાદશાહ પાસેથી સાતેય (૭) ટુકડા લઈને ખાઈ ગયો.

હવે રાજાને ફકીર પર ખૂબ જ ગુસ્સો આવી ગયો. અને કહ્યું કે હું પણ ભૂખ્યો છું અને તું એકલો ફળ ખાઈ ગયો. આમ, બોલીને ગુસ્સામાં બાદશાહે ફળનો છેલ્લો

ટુકડો ફકીર જોડેથી લઇને ખાવા લાગ્યા. જેવું જ ફળ રાજાના મોઢામાં ગયું કે તરત જ રાજાએ થૂંકી દીધું. કારણકે ફળ સ્વાદિષ્ટ નહી પરંતુ ખૂબ જ કડવું હતું.

રાજા ફકીર સામે જોઇ જ રહ્યો. ત્યારે ફકીરે કહ્યું કે "તમે મને દરરોજ સ્વાદિષ્ટ ફળ આપ્યા છે. અને માત્ર આજે જ કડવું ફળ ખવડાવ્યું છે. તો હું તમને કેવી રીતે ફરિયાદ કરી શકું." બાદશાહ ફકીર સામે જોઈ જ રહ્યાં અને તેની મિત્રતાને સલામ કર્યા.

આમ જ્યાં પ્રેમ અને મિત્રતા હોય ત્યાં ક્યારેય પણ ફરિયાદ ન હોય. કોઈપણ મુશ્કેલ સમયમાં મિત્ર જ સુખ કે દુઃખમાં મદદ કરતો હોય છે. તેમાં જો સ્વાર્થ હોય તો તે સબંધ કદી ટકી શકતો નથી.

૫૧. સમસ્યાનું નિવારણ

એક શહેરની વાત છે. જ્યાં એક રાધા નામની છોકરી રહેતી હતી. તે દેખાવે પણ ખૂબ જ સુંદર અને ચાલાક હતી પરંતુ થોડા સમયથી તે ખૂબ જ નિરાશ અને ઉદાસ રહેતી હતી. તે આમ ઉદાસ રહેવાના કારણે તેની માતાને ચિંતા થવા લાગી. તે પોતાની દીકરી જોડે જઈને પૂછ્યું કે, "બેટા રાધા તું ઉદાસ કેમ રહે છે?"

ત્યારે રાધાએ કહ્યું કે, મમ્મી કંઈ જ ખબર પડતી નથી. ઓફિસમાં મારા અધિકારી મારા પણ ખૂબ જ ગુસ્સો કરે છે. મારા મિત્રોમાં પણ કારણ વગર, હું નિરાશ થઈ જાઉં છું. કંઈ ખબર પડતી નથી કે આવું મારા સાથે જ કેમ થાય છે. મને એમ થાય છે કે આ બધું છોડીને કોઈ શાંત જગ્યાએ જતી રહું. આ સાંભળીને તેની માતાને પણ ખૂબ જ દુઃખ થયું. તેણે રાધાના માથા પર હાથ મૂકીને કહ્યું કે, બેટા ચિંતા ના કર. તું મારી સાથે રસોડામાં ચાલ ત્યાં તને તારી સમસ્યાનું સમાધાન મળી જશે.

રસોડામાં જઈને રાધાની માતાએ ત્રણ તપેલીઓ લીધી. અને ત્રણેયમાં પાણી ભર્યું. ત્યારબાદ દરેકમાં અલગ-અલગ વસ્તુઓ મૂકી. અને તેને ગરમ કરવા માટે ગેસ પર મૂકવામાં આવી. તેમાં એકમાં ઈંડુ મૂક્યું. બીજામાં ગાજર મૂક્યું અને ત્રીજામાં કોફીના કણ મૂકવામા આવ્યા. રાધા આ બધું જોઈ જ રહી કે મમ્મી શું કરે છે? તેને આમાં કંઇ ખબર પડતી ન હતી. આમ આ તપેલીઓ ને ૨૦થી ૨૫ મિનિટ સુધી ગેસ પર ગરમ કરવામાં આવી. ત્યારબાદ ગેસને બંધ કરવામાં આવ્યો.

ત્યારબાદ તેની માતાએ તપેલીમાંથી ઈંડાને એક અલગ ડિશમાં મૂક્યું. ગાજરને પણ અલગ ડિશમાં મૂક્યું. અને કોફીને પણ એક અલગ કપમાં કાઢી લીધી. માતાએ રાધાને પૂછ્યું કે, બેટા કંઇક ખબર પડી. તો રાધા કહે કે તેમાં શું મમ્મી એકમાં ઈંડુ છે. એકમાં ગાજર છે અને એક કપમાં કોફી છે. તે કહે મમ્મી

આમાં તે શું નવું કર્યું? તો તેની મમ્મીએ કહ્યું કે બેટા તું દરેકનો સ્પર્શ કરીશ તો તને ખબર પડશે કે શું ફરક પડ્યો છે? જો બેટા આમાં દરેકની પરિસ્થિતી એક સરખી છે "ઉકળતું પાણી." તેમ છતાં બધાનું પરિણામ અલગ અલગ છે.

જેમ કે ગાજર પહેલા બહુ જ કડક હતાં પરંતુ હવે તે નરમ થઇ ગયા. ત્યારબાદ ઈંડાને જો ઉપરથી કડક અને અંદરથી પ્રવાહી હતાં. તેની પરિસ્થિતિ બદલાઈ ગઈ. તે બહારથી નરમ થઇ ગયા અને અંદરથી કઠિન થઈ ગયા. અને હવે કોફીના કણને જો તેમને પણ સમસ્યા તો હતી જ પણ તેમણે સમસ્યાને પોતાનામાં પરિવર્તન કરી દીધું અને તે એક ખૂબ જ સુંદર કોફીમાં પરિવર્તન થઈ ગઈ.અને તે બીજા લોકોને પણ ખુશ કરી શકે તેમ છે. હવે બેટા તારે જાતે જ નક્કી કરવાનું કે તારે કોના જેવું બનવું. ઈંડા જેવું, ગાજર જેવું કે કોફીના કણ જેવું.

આમ, આપણે પણ સમજવું પડશે કે કોઈ પણ સમસ્યા મોટી નથી પરંતુ તેને આપણે મોટી કે નાની બનાવીએ છીએ. કોઈપણ સમસ્યાને સમજવા માટે સમય આપવો જોઈએ. કોઈ પણ સમસ્યા એવી નથી કે તેનો ઉકેલ ન હોય.

૫૨. આત્મસંતોષ

એક જંગલ હતું. ત્યાં અલગ-અલગ પ્રકારના પ્રાણીઓ અને પક્ષીઓ રહેતા હતા. એકવાર એક ઝાડ પર કાગડો બેઠો હતો. તેને વિચાર્યું કે ભગવાને આ જગતમાં અલગ-અલગ પ્રકારના પક્ષીઓનું સર્જન કર્યુંરે છે. તેમાં તેને લાગતું હતું કે ભગવાને તેને આ જગતમાં સૌથી વધુ કદરૂપી પક્ષી મને બનાવ્યું છે. ત્યારબાદ કોઈક સમયે તે સરોવરના કિનારે પાણી પીવા માટે ગયો હતો. ત્યાં તેને હંસને જોયો. તેણે વિચાર્યું કે હું ખૂબ જ કાળો છું અને હંસ આટલું સુંદર સફેદ દેખાયડો છે એટલે કદાચ આ દુનિયામાં સૌથી સુંદર પક્ષી હંસ જ હશે. તેવું માની કાગડો હંસ પાસે ગયો. કાગડાએ હંસને પૂછ્યું કે "શું તમે આ દુનિયામાં સૌથી સુંદર પક્ષી છો?"

હવે હંસ બોલ્યો, ના. હું પણ તારા જેવું જ વિચારતો હતો કે હું જ દુનિયાનું સૌથી સુંદર પક્ષી છું. જ્યાં સુધી મેં પોપટ નહોતો જોયો ત્યાં સુધી. પોપટ ને જોયા પછી મને લાગે છે કે પોપટ જ દુનિયાનું સૌથી સુંદર પક્ષી છે. આ સાંભળી કાગડો પોપટ પાસે ગયો અને કહ્યું કે, "શું તમે જ આ દુનિયામાં સૌથી સુંદર પક્ષી છો?" કાગડાની વાત સાંભળીને પોપટે કહ્યું કે હું પણ પહેલા આ જ વિચારતો હતો કે દુનિયાનું સૌથી સુંદર પક્ષી હું છું.પરંતુ જ્યારથી મેં મોરને જોયો છે ત્યારથી મને લાગે છે કે તે જ આ દુનિયાનું સૌથી સુંદર પક્ષી છે.

ત્યારબાદ કાગડો મોર પાસે ગયો અને જોયું કે કેટલાક લોકો મોરને જોવા માટે આવે છે. તે વિચારતો હતો કે સાચે જ ખૂબ જ મોર સુંદર પક્ષી છે. તેથી કાગડો મોર પાસે ગયો અને બોલ્યો કે "શું તમે દુનિયાનુંની સૌથી સુંદર પક્ષી છો?"

મોરે કાગડાની વાત સાંભળીને કહ્યું કે, હું કાયમ એવું વિચારતો હતો કે હું દુનિયાનું સૌથી સુંદર પક્ષી છું. પરંતુ તેના કારણે જ કદાચ મને આ પાંજરામાં

પૂરવામાં આવે છે. હું સાચે જ દુઃખી છું અને હવે ઈચ્છું છું કે હું પણ કાગડો હોત. તો આ ખુલ્લા આકાશમાં સ્વતંત્ર ઉડી શકતો હોત. મન થાય ત્યાં બેસી શકતો હોત. પણ તેમ થઈ શકે તેમ નથી. કારણ કે,મ આ માણસોએ સુંદરતાને કેદ કરીને એક બંધ અભ્યારણમાં મૂકી દીધીધો છે.

આપણા જીવનમાં પણ કંઇક આવું જ છે. આપણને એમ લાગે છે કે બીજા લોકો આપણા કરતાં વધુ ખુશ છે. સુખી છે. અને તેના કારણે આપણે પોતાની જાતે ખુશ થઇ શકતા નથી. શાંતિથી જીવન જીવી શકતા નથી. આપણા જોડે જે પણ હોય તેનાથી સંતોષ માનવો જોઈએ અને આનંદથી રહેવું જોઈએ.

છેલ્લું પાનું

ચૌહાણ દિનેશભાઇ ધનાભાઇ

વતન : મુ.પો. નાનાકોટડા, તા. ઇડર, જિ. સાબરકાંઠા

જન્મ તારીખ : 06/02/1985

મો. નં. : 9712824892

વ્યવસાય : મુ.પો. રૂણી પ્રાથમિક શાળા, તા.ધાનેરા, જિ. બનાસકાંઠા

Email : ddchauhan6285@gmail.com

શોખ : વાંચન, લેખન, રમત-ગમત

વિશેષ યોગ્યતા : DD EDUCATION ALL યૂટ્યુબ ચેનલ

૧) ઓથર ઓફ ધ યર 2020

૨) શ્રેષ્ઠ શિક્ષક તરીકે પસંદગી, તાલુકા કક્ષાએ 2020

૩) શ્રેષ્ઠ શિક્ષક તરીકે પસંદગી, INSC બેંગલુરુ

૪) બ્રાન્ડ એમ્બેસેડર તરીકે સ્ટોરીમિરર 2021

૫) શિક્ષણકુંજ અંતર્ગત વિવિધ સ્પર્ધાઓનું આયોજન કરેલ

www.ingramcontent.com/pod-product-compliance
Lightning Source LLC
LaVergne TN
LVHW100403181026
850499LV00037B/584
* 9 7 8 9 3 9 4 6 0 3 0 4 2 *